மாதவம் செய்தவள்

ராமன் மதி

வம்சி

மாதவம் செய்தவள்	:	சிறுகதைகள்
ஆசிரியர்	:	ராமன் மதி
	:	© ஆசிரியருக்கு
முதற்பதிப்பு	:	ஜூலை 2019
வெளியீடு	:	வம்சி புக்ஸ் 19, டி.எம்.சாரோன், திருவண்ணாமலை - 606 601 9445870995, 04175-235806
அச்சாக்கம்	:	மணி ஆப்செட், சென்னை - 600 077
விலை	:	₹ 170/-
ISBN	:	978-93-84598-67-9

Madhavam Seidhaval	:	Stories
Author	:	Raman mathi
	:	© Author
First Edition	:	July - 2019
Published by	:	Vamsi books 19.D.M.Saron, Tiruvannamalai - 606 601 9445870995, 04175 - 235806
Printed by	:	Mani Offset, Chennai - 600 077
Price	:	₹ 170/-
ISBN	:	978-93-84598-67-9

www.vamsibooks.com - e-mail: vamsibooks@yahoo.com

எனது எழுத்துப்பணியில் துணை நிற்கும்
உறவுகள் மற்றும் நண்பர்களுக்கும்
குறிப்பாக எனது மனைவி சாருமதிக்கும்,
மகன் ராகுல் மித்தீஷிற்கும்...

உலகில் வாழ்ந்து மடியும் ஒவ்வொரு உயிரும் தனது கதையின் கதாபாத்திரமாக வாழ்ந்துவிட்டுத்தான் மடிந்துபோகின்றன.

மனித வாழ்வில் இல்லாத கதைகளா? ஒவ்வொரு மனிதனுக்குள்ளும் ஓராயிரம் கதை இருக்கத்தான் செய்கிறது. பள்ளிக்கூட கதை. காதல் கதை, கல்யாண கதை, வெட்கப்பட்ட கதை, துக்கப்பட்ட கதை, துயரப்பட்ட கதை, அவமானப்படுத்தப்பட்ட கதை, ஆறுதலாக இருந்த கதை, அருவருப்புக் கதை என எண்ணிலடங்கா கதைகளின் கூட்டுக் கலவையே மனித வாழ்வு.

இவைகளில் பல கதைகள் மனித வாழ்வில் பலருக்கும் ஒத்துப்போய்விடுவதால் அவைகள் சுவாரஷ்யமற்ற கதைகளாக ஒதுக்கித்தள்ளப்படுகின்றன.

சில கதைகளோ, விசித்திர நிகழ்வாக ஒரு மனிதனை மட்டுமே ஆட்டிப்படைப்பதால் அது அவனுக்கு மட்டுமின்றி பிறக்கும் சுவாரஷ்யம் நிறைந்ததாக மாறி விடுகிறது.

தனக்கான சோகத்தில் ஆறுதலடைய முடியாத மனிதன் கூட பிற மனிதர்களின் சோக கதைகளைக்கேட்டுத்தான் தன்னை தேற்றியும், மாற்றியும் கொள்கிறான்.

மனித கதைகளால் மானிட சமூகத்தில் பெரிய மாற்றத்தையோ, புரட்சியையோ ஏற்படுத்த முடியாவிட்டாலும், ஆறுதலையும், தேறுதலையும் தருகின்ற சிறு மருந்தாக காலங்காலமாக இருந்து வருவதால்தான் அவற்றை தவிர்த்துவிட்டு கடந்து செல்ல முடிவதில்லை.

இந்த நூலில் பேசப்படுகின்ற கதைகள் அனைத்தும் ஏதோ ஒரு மனிதனின் கதைகள். அவைகளை புடம்போட்டு பூட்டி வைத்த மனமில்லாமல். வாசகர் நடந்துசெல்ல தடமாக்கி தாட்டிவிட்டிருக்கிறேன்.

இக்கதைகளின் தடத்தில் பயணிக்கும் ஒவ்வொரு வாசகரும் கதை மாந்தர்களின் வலி அறிவர். இல்லாது போகின் தத்தமது பயணத்தின் வழி அறிவர் என்ற நம்பிக்கையில் இந்த கதைகளை வாசகர்களின் வாசலுக்கு வழியனுப்புகிறேன் .

அன்புடன்

ராமன் மதி

9943986484

ramanmathi2008@gmail.com

பொருளடக்கம்

1.	மாதவம் செய்தவள்	7
2.	தூக்கு	14
3.	என்னவிலை அழகே	26
4.	ஜவ்வு மிட்டாய்	43
5.	பெத்த வயிறு	55
6.	தனம்	64
7.	நிலைக்கண்ணாடி	78
8.	அரங்கேற்றம்	93
9.	எங்கே நீயோ நானும் அங்கே	107
10.	ஐந்தும் ஆறும்	119
11.	உயிர்ச்சூடு	133
12.	உயிர்வரை தொடர்ந்தவள்	147
13.	நிறமற்ற மனிதர்கள்	162
14.	உயிர்வலி	173

மாதவம் செய்தவள்

கோமதிக்கு அப்போது எல்லாமே வேடிக்கை தான். தனது அம்மா சின்னத்தாயின் செயல்களும் அப்போதெல்லாம் விளையாட்டாகவே தான் கோமதிக்குத் தெரிந்தது.

மாதாமாதம் பைத்தியம் பிடித்தவள்போல் மாறிவிடுவாள் சின்னத்தாய். சிறுவயதிலேயே புருஷனை இழந்துவிட்டு, ஒரே ஒரு பெண் பிள்ளையை வைத்துக்கொண்டு அல்லாடிக்கொண்டிருந்தவள் சின்னத்தாய்.

மாதத்தில் மூன்று நாட்கள் அவளது செயல்கள் வினோதமாகத் தானிருக்கும். வயிறு வலி என்று முனகுவாள். கோபமாக கத்தி சண்டையிடுவாள். இப்படியான அவளது விநோதப் போக்கை புரிந்து கொள்ளும் வயதுமில்லை, பக்குவமுமில்லை கோமதிக்கு.

ஏதோ ஒரு கொலை சதிக்கு திட்டமிடுபவளைப் போலவே கொள்ளைப் புறமாக ஒதுங்கிவிட்டு வருவாள் சின்னத்தாய். ஒரு பெரிய காகிதத்தில் சுற்றி எதையோ பொக்கிசம்போல அவள் பாதுகாத்து வருவதை எதேச்சையாக பார்த்துவிட்ட கோமதி, சின்னத்தாயிடம் கேட்டாள், ''என்னத்தம்மா அந்த பொட்டலத்துல மடிச்சி வைச்சிருக்கிற?'' மகள் பார்த்துவிட்டாளே என்கிற பதைபதைப்பில். ''அடி போடி போக்கத்தவளே, இந்த வயசுல என்ன கேள்வி கேக்குறவ?'' என்று கடுகடுத்தாள் சின்னத்தாய்.

''அம்மா சொல்லாட்டி என்ன? அம்மா இல்லாத நேரமாப்பார்த்து நாமே பார்த்து தெரிஞ்சுக்கல்லாம்'' என்று தனக்குத்தானே சமாதானம் செய்து கொண்டவள், அவள் நினைத்த மாதிரியே, சின்னத்தாய் வெளியே

சென்றிருந்த சமயம் பார்த்து கொல்லைப் புறத்துக்குள் ஒரு கள்வனைப் போல் நுழைந்து, பொட்டலத்தை பிரித்துப் பார்த்துவிட்டாள் கோமதி. பார்த்த மாத்திரத்திலேயே அதிர்ந்தும் போனாள். உள்ளே இருந்ததெல்லாம் ரத்தத்தில் தோய்ந்த கந்தல் துணிகள். பார்க்கவே அருவருப்பாக இருக்கவும், முகத்தை சுழித்தவாறே, அந்த பொட்டலத்தை உள்ளது உள்ளபடியே மீண்டும் கட்டி வைக்க எத்தனித்தவளால் அது முடியாது போகவே, ஒண்ணுக்கு ரெண்டாய் கட்டி வைத்துவிட்டு வெளியேறிவிட்டாள். அன்று முழுவதும் கஞ்சி குடிக்கக் கூட மனசு வரவில்லை. கஞ்சியைப் பார்த்தாலே குமட்டிக்கொண்டு வந்தது.

பொட்டலம் தாறுமாறாய் பிரிந்து இருப்பதைப் பார்த்த சின்னத்தாய், தன் மகளின் செயலை மோப்பம் பிடித்துவிட்டாள். வெறி தலைக்கேறி இருந்தது சின்னத்தாயிக்கு. மகளை நோக்கி வந்தவள், ஒரு விறகுக் கட்டையை எடுத்து "எதுக்குடி அந்த பொட்டலத்த தொட்ட? எதுக்குடி அந்த பொட்டலத்த பிரிச்சே?" என்று கேட்டுக்கொண்டே வெளுவெளு வென்று வெளுத்து விட்டாள். அதுவரையில் தன் தாய் அப்படி கோபித்தோ அல்லது அடித்தோ கண்டதில்லை கோமதி.

அன்று இரவு முழுவதும் தூக்கமில்லாமல், அம்மாவிடம் அடி வாங்கிய கவலையிலேயே உழன்று கொண்டிருந்தாள் கோமதி. கோமதி தூங்கி விட்டாள் என்ற நினைப்பில் நடுநிசியில் வீட்டைவிட்டு வெளியேறினாள் சின்னத்தாய். சின்னத்தாயின் இடது கையின் பெருவிரலும் ஆள்காட்டி விரலும் அந்தப் பொட்டலத்தை, செத்த எலியின் வாலைப் பிடிப்பது போல் வேண்டாவெறுப்பாய் பிடித்துக்கொண்டு இருக்க மந்தையை நோக்கி நடையை எட்டிப் போட்ட சின்னத்தாயி, அங்கே அடர்ந்திருந்த புதருக்குள் அந்த பொட்டலத்தை வீசி எறிந்துவிட்டு திரும்பிப் பார்க்காமல் நடையைக்கட்டினாள். நடுநிசியில் இந்த காரியத்தைச் செய்தது ஊரின் கண்களில் பட்டுவிடக் கூடாது என்பதற்காகத்தான்.

தனது தாயின் செய்கைகளை வெகு நாட்களாய் கண்காணித்து வந்த கோமதிக்கு, ஏன் அம்மா நடுநிசியில் அந்த பொட்டலத்தைக் கொண்டு போய் யாருக்கும் தெரியாமல் மந்தைக்காட்டில் வீசியெறிந்து விட்டு

வருகிறாள்? இதை பகலில் செய்தால் என்ன ஆகிவிடப்போகிறது? யாருக்கும் வரக்கூடாத வியாதி ஏதேனும் அம்மாவிற்கு வந்துவிட்டதா? அதனால்தான் யாருக்கும் தெரியாமல் ரகசியம் காக்கிறாளா? என்று பல்வேறான கேள்விகள் அவளது மனதில் தோன்றி குடைந்தெடுத்தன.

ஒரு முறை தாயிடம் அடி வாங்கியதால் அது சம்பந்தமாக அவளிடம் எதுவும் கேட்டுக்கொள்ளவில்லை கோமதி! இதெல்லாம் நடந்தேறியது என்னவோ இருபது வருடங்களுக்கு முன்பு.

இப்போது கோமதியே இரண்டு குழந்தைகளுக்கு தாயாக ஆகிவிட்டிருந்தாள். முதன் முதலாய் என்று குத்த வெச்சு உட்கார்ந்தாளோ, அன்றிலிருந்து கந்தல் துணிகள்தான் அவளுக்கும் பாதுகாப்புக் கவசமாக இருந்து வந்திருக்கிறது.

பக்கத்து வீட்டிலிருந்த டி.வி. பெட்டியை பார்க்க ஆரம்பிச்சதிலிருந்துதான், அந்த டி.வியில் வரும் விளம்பரங்களைப் பார்த்துப் பார்த்து, சேனிட்டரி நாப்கின் பற்றிய புரிதல் வந்தது கோமதிக்கு.

புருஷன் கொடுக்குற காசுல கொஞ்சங்கொஞ்சமா சிலுவாடு சேர்த்து வச்சதுல, மாசம் ஒரு பாக்கெட் சேனிடரி நாப்கின் வாங்கிக்க முடிஞ்சது.

ஆரம்பத்தில் அதை கடையில சென்று கேட்கவே அவ்வளவு கூச்சமா இருந்தது. அதுக்காகவே பக்கத்து வீட்டு சிறுவன் வெற்றிவேலுக்கு சாக்லேட் வாங்க காசு கொடுத்து தாஜா பண்ணி, ஒரு காகிதத்தில் எழுதிக் கொடுத்து வாங்கிக் கொடுக்க சொல்ல வேண்டியதா இருந்தது. அந்த கூச்சமும் இப்ப இல்லாமப் போச்சு. அவளே சென்று அதன் பேர் சொல்லி வாங்குமளவிற்கு தைரியம் வந்துவிட்டிருந்தது. சேனிட்டரி நாப்கினும் கடைகள்ல இப்போ சாதாரணமாக கிடைக்கிறதே! "சின்ன பிஞ்சு குழந்தைகள் கூட அது என்ன ஏதுன்னு தெரிஞ்சுதானே வைச்சிருக்குதுங்க! வெற்றிவேலுவிற்கும் வர வர விபரம் தெரிய ஆரம்பிச்சிட்டாதாலே, இனி அவன் தயவை எதிர்பார்க்க முடியுமா?" என்று யோசித்தவள் தானே சென்று அதன் பேர் சொல்லி வாங்கப் பழகிக்கொண்டாள் கோமதி.

"என்னதான் பழக்கப்படுத்திக்கொண்டாலும், சேனிடரி நாப்கின் வாங்கப் போகையில் யாராவது ஆம்பளைங்க இருந்தா, அவங்க

முன்னாடி அதை கேட்டு வாங்க என்னவோ போல இருக்கும். கூச்சமும் வெட்கமும் தின்று விழுங்கிவிடுகிறதே அது ஏன்?'' என்றே கோமதிக்கு புரியவில்லை. ஊரை ஏமாற்றும் அரசியல்வாதிகள், மேடை ஏறி வெட்கமே இல்லாமல் பொய் வாக்குறுதிகளை அவிழ்த்து விடுவதில்லையா? தொழிலாளிகளின் வயிற்றில் அடிக்கும் முதலாளிகள் வெட்கப்படுகிறார்களா? நாட்டில் திருடுபவனும், கொள்ளையடிப்பவனும், கற்பழிப்பவனும் வெட்கப்படுகிறானா? வெட்கப்பட வேண்டிய விசயத்திற்கே இவர்களில் யாரும் வெட்கப்படுவதில்லை. ஆனால், காலங்காலமாய் இந்தப் பெண்ணினம் மட்டும் தங்களது அத்தியாவசிய தேவைகளை பூர்த்தி செய்வதற்குக் கூட கூச்சப்பட வேண்டியிருக்கிறதே என்று கோமதி நினைத்தபோது, இந்த உலகமே ஒரு விந்தையாகத்தான் அவள் முன் சுழன்றுகொண்டிருந்தது.

இந்த சானிட்டரி நாப்கின் வந்த பின்னால், பெண்களின் கஷ்டங்களும் பெரும் பகுதி குறைந்துதான் போயிருக்கிறது. கந்தல் துணிகளோடு மல்லுக்கட்டிக்கொண்டிருக்க தேவையில்லாமல் போய்விட்டிருக்கிறது. இப்போதெல்லாம் மந்தைக் காடுகளை தோரணம் போல் அலங்கரித்து தீட்டுத்துணிகளைப் பார்க்க முடிவதில்லை. தீட்டுத்துணியை நாய்கள் ஆளுக்கொரு மூலையில் பிடித்திழுத்து சண்டையிடும் காட்சிகளையும் காண முடிவதில்லை. பீரியட் முடிந்ததும் நாப்கின்களை குப்பையோடு குப்பையாக எரித்துவிட முடிகிறது. நோய் தொற்றுக்களின் அபாயமும் பெருவாரியாக குறைந்துவிட்டிருந்தது.

இதோ இந்த மாதமும் தீட்டாகிப்போனாள் கோமதி!

கடுகு டப்பாவில் கையை விட்டு துழாவியவளுக்கு கிடைத்த காசுகளை எண்ணிப் பார்த்தபோது, இருபத்தைந்து ரூபாய் தேறியது. ஒரு பாக்கெட் சேனிடரி நாப்கின் இருபத்திநாலு ரூபாய். அவளிடம் ஒரு ரூபாய் மிச்சமாகவே இருக்கிறதென்கிற யதார்த்த கணக்கீட்டோடு கடைக்குச் சென்ற கோமதி, ''அண்ணே ஒரு பாக்கெட் நாப்கின் வேணும்'' என்றாள் குரலைத் தாழ்த்தியபடி.

''என்ன சைஸ்'' என்று ஏதோ ஜாக்கட் தைக்கிற தையல்காரனைப் போல அளவு கேட்டார் கடைக்காரர். ''மீடியம் சைஸ்'' என்று

அவளுக்குக் கூட கேட்காத அளவிற்கு சப்தம் குறைத்து பேசினாள் கோமதி.

பக்குவமாய் எடுத்து, அதை பாங்காய் ஒரு காகிதத்தில் சுருட்டி கச்சிதமாய் கொடுத்தார் கடைக்காரர். கையில் தயாராக வைத்திருந்த இருபத்திநாலு ரூபாயை கல்லாவில் பரத்தினாள் கோமதி. எண்ணிப் பார்த்து விட்டு "இன்னும் ஐஞ்சு ரூபா சேர்த்து கொடும்மா" கடைக்காரர். "ஏன்.....? இதோட வெல இருபத்திநாலுதானே!" என வெள்ளந்தியாய் கேட்டாள் கோமதி. "ஆமாம்மா, போன மாசம் வரைக்கும் இருபத்திநாலாத்தான் இருந்திச்சி. இந்த மாசம் இதுக்கு விலையை கூட்டிட்டாக, என்னைய என்ன செய்யச் சொல்ற?" என்று எதிர்க் கேள்வி கேட்டார் கடைக்காரர்.

"ஏண்ணே?" என்று பரிதாபமாகக் கேட்ட கோமதியை ஏளனமாய் பார்த்த கடைக்காரர் "ஏதோ புதுப்புது பேரு சொல்றாக. நமக்கு என்ன வெளங்குது? வெலை ஏறிடிச்சு. அவ்வளவுதான் எனக்குத் தெரியும்" என்று ஒரு தன்னிலை விளக்கத்தை கடைக்காரர் சொன்னதும், செய்வதறியாது திகைத்துப் போனாள் கோமதி.

"அண்ணே அண்ணே, ஏங்கிட்ட இருபத்தஞ்சு ரூபா இருக்குண்ணே, இத வச்சிக்கிட்டு கொடுங்கண்ணே, மீதியை அப்புறமா தாறேன்" என்று கெஞ்சிப் பார்த்தாள் கோமதி. "கடனுக்கு கொடுத்தெல்லாம் கட்டுபடி ஆகாது. போம்மா போய் மொத்த காசையும் கொடுத்துட்டு வாங்கிகிட்டு போ" என்று விரட்டாத குறையாக விரட்டினார் கடைக்காரர்.

வேறு வழியில்லாமல் வீட்டை நோக்கி நடையைக் கட்டினாள் கோமதி. நடக்க நடக்க அவளது எண்ணங்கள் பலவாறு சிந்திக்கத் தொடங்கியது. தனது கணவனிடம் சொல்லி, தேவையான பணத்தை வாங்கி வந்து நாப்கினை வாங்கிக்கொள்ளலாமா என்று யோசித்தபோதே அவளுக்கு பயம் தொற்றிக்கொண்டுவிட்டது. ஊர் ஊராய்ச் சென்று கத்திக்கும் அரிவாளுக்கும் சாணை பிடிப்பவன், ஒருநாள் பணத்தோடு வருவான். பல நாள் வெறுங்கையோடுதான் வருவான். அவனிடம் கேட்டால் "இதெல்லாம் நமக்குத் தேவையா?" என்பான். எத்தனையோ ஆயுதங்களுக்கு கூர் ஏற்றத் தெரிந்தவனுக்கு தனது மனைவிக்கு எது

தேவை என்று சிந்திக்கும் அளவிற்கு தனது மூளையை ஏனோ கூர் தீட்டிக் கொள்ளவில்லை! தனது கணவனுக்கு மட்டுமா மூளையில் தோஷம் என்று நினைத்தபோது கோமதிக்கு வேதனையிலும் விரக்தியிலும் கூட சிரிப்பு வந்தது.

சானிடரி நாப்கின் என்று நாகரிகமாக சொன்னாலும், அதுவும் தீட்டுத் துணிதானே! தீட்டுத்துணிக்கு விலை ஏற்றி எதை தூய்மைப்படுத்தப் போகிறார்களாம்? பெண்களுக்காக பேச ஒரு பெண் கூடவா இல்லை? பெண் இனத்தை துயிலுரிக்கும் கதை படித்து களிப்படைந்தவர்களிடம் பெண்களின் நலன் பற்றி எதிர்பார்க்க முடியுமா? என்று நினைத்தபோது தான் அருவருப்பாக இருந்தது கோமதிக்கு.

வீட்டை நோக்கி நடந்துசென்றவளுக்கு ரத்தப் போக்கு அதிகமாகி, வயிற்று வலி உயிரைக் கடைந்தது. சாலையில் ஒரு ஓரத்தில் வயிற்றில் கை வைத்தபடி குத்த வைத்து உட்கார்ந்து விட்டாள் கோமதி. ஒருவாரு வானம் இருட்டிவிட்டிருந்ததால் வந்த தைரியத்தில், கொஞ்சம் மண்ணை இடது கையால் அள்ளி தனது அந்தரங்கத்தை சுத்தம் செய்து கொண்டபின் ஓரளவிற்கு நிம்மதி அடைந்துவிட்டிருந்தவள் மீண்டும் வீட்டை நோக்கி நடையைக்கட்டினாள்.

எந்தச் சேலையை கிழித்துக் கட்டிக்கொள்வது என்று நினைத்தவளுக்கு, எந்த சேலையென்ற முடிவுக்கு வர முடியவில்லை. அவளிடம் இருந்ததோ நான்கு சேலைகள்தான். அதுவும் அரசாங்கம் கொடுத்த இலவச சேலைகள். இருக்கின்ற சேலையை மாதவிடாய்க்காக பயன்படுத்தி விட்டு உடுத்திக் கொள்ள என்ன செய்வது என்று எண்ணியபோது, அவளுக்குள் ஒருவித தார்மீகக் கோபம் பிறந்துவிட்டிருந்தது!

அப்போதுதான் கோமதிக்கு தனது தாயின் அன்றைய வேதனை புரிந்தது. ''ஓ.... அன்று தனது அம்மா தன்னை போட்டு வெறித்தனமாக அடித்தாளே, அது தன்மீது கொண்ட கோபத்தினால் அல்ல. இந்த சமூகத்தின் மீதும், அதன் கட்டமைப்புகளின் மீதும் இருந்த கோபத்தைதான் என் மீது காட்டியிருக்கிறாள்!''

''தாய், என் மீது பாய்ந்து தணித்துக்கொண்ட கோபத்தை தற்போது தான் யார்மீது பாய்ந்து தணித்துக் கொள்வது?'' என்று எண்ணியபடியே வேதனையில் வீட்டை அடைந்த கோமதியின் பாவாடை முழுதும் ரத்தத்தால் அபிசேகம் செய்யப்பட்டுவிட்டிருந்தது!

கோமதியின் கணவன் வேலையை முடித்துவிட்டு வந்திருந்தான். அவன் வீட்டு வாசலுக்கு முன் குத்த வைத்து உட்கார்ந்திருந்த பாவனையிலேயே வயிறு முட்ட குடித்துவிட்டு வந்திருக்கிறான் என்பது தெரிந்தது.

''ஏ.... புள்ள. கொளத்து மேட்டுல மீனு வித்தாங்க. நல்ல மீனா இருந்ததாலே இருந்த காசுக்கு மீனு வாங்கிகிட்டு வந்திருக்கேன். நல்லா காரம் மசாலா போட்டு கொலம்பு வைச்சிடு'' என்று வாய் குழறியபடியே உத்தரவு போட்டான் கந்தவேலு.

''இருக்குற வேதனையில் இது வேறையா?'' என்று நினைத்தபடியே வாசற்படியில் கால் வைத்தவளுக்கு வயிற்று வலி மீண்டும் கிளர்ந்தெழுந்தது.

கோமதியின் ஐந்தாம் வகுப்பு படிக்கும் மூத்த பெண் காவியா, ''மங்கையராய் பிறப்பதற்கே நல்ல மாதவம் செய்திடல் வேண்டுமம்மா'' என்ற நாமக்கல் கவிஞரின் பாடல் வரிகளை திரும்பக் திரும்ப பாடி மனப்பாடம் செய்து கொண்டிருந்தாள். அதைக் கேட்ட கோமதிக்கு, அவள் இருந்த நிலையில் அழுவதா இல்லை சிரிப்பதா என்று தெரியாது, திண்ணைச் சுவற்றில் தலையைச் சாய்த்து உட்கார்ந்துவிட்டாள்.

❖

தூக்கு

நான் கண் விழித்து பார்த்தபோது விடிந்து வெகுநேரம் ஆகிவிட்டிருந்தது. சென்னையிலிருந்து ஊருக்கு வந்து சேரும்போது நடுச்சாமம் ஆகியிருந்தது.

''அலைஞ்சு திரிஞ்சு வந்திருக்கிற புள்ளைய தொந்தரவு செய்ய வேணாம்'' என்று எண்ணி அம்மா எழுப்பாமல் விட்டுவிட்டாள் போல. அதனால் தான் என்னை மறந்து தூங்கிப் போனேன்.

நான் எழுந்து போய், ஊர் கிணற்றில் குளித்துவிட்டு வரலாம் என்று நினைத்து, சோப்பு டப்பாவையும், துண்டையும் எடுத்துக்கொண்டு கிளம்ப எத்தனித்தபோது, ''ஏன்யா, அதுக்குள்ளாட்டியும் எழுந்தாச்சா? எங்க கெணத்தடிக்கா கெளம்பிட்டே? வெறு வயித்தோட எங்க போறவன்? இந்தா, ராவுத்தர் கடையில சாயா வாங்கியாத்திருக்கேன். கொஞ்சம் குடிச்சுப்புட்டு போனா தெம்பா இருக்குமுள்ள?'' என்று சொல்லிக்கொண்டே ஒரு கரையேறிய டம்ளரில் டீயை ஊற்றிக் கொடுத்தாள் அம்மா.

அம்மா ஏதாவது சாப்பிடக் கொடுத்து வேண்டாம் என்று சொல்லி விட்டால், அவளது மூஞ்சி வாடிப்போகும். அதை தவிர்ப்பதற்காகவே அவள் எது கொடுத்தாலும் வேண்டாம் என்று மறுப்பதில்லை.

நான் டீ குடித்துக்கொண்டிருந்த போதே குடுகுடுவென்று வீட்டை விட்டு வெளியே ஓடிய அம்மா, ''ஏலே தங்கராசு ... தங்கராசு ...'' என்று அழைத்த படியே பக்கத்து வீட்டு தங்கராசை தேடிப்போனாள்.

தங்கராசு எனக்கு அத்தை பையன். என்னைவிட இரண்டு வயது சிறியவன். படிப்புக்கு மட்டம் போட்டுவிட்டு முழு நேர விவசாயி

ஆகிவிட்டிருந்தான். கல்யாணமாகி இரண்டு பெண் குழந்தைகள் அவனுக்கு.

ஊருக்குள்ள நாட்டு ஓடு வேய்ந்த வீடு என்றால் அது தங்கராசோட வீடுதான். மத்ததெல்லாம் ஓலை வேய்ந்த குடிசை வீடுகள்.

''ஏலே தங்கராசு, நம்ம கணேசன் வந்திருக்கியான். பிள்ளை ஒத்தையா குளிக்கப் போறானாண்டே. ஏலே நீ செத்த தொணைக்கு போயிட்டு வா'' என்று சொல்லி தங்கராசை கையோடு எங்க வீட்டுக்கே இழுத்துவந்து விட்டாள் அம்மா.

''எப்பத்தே வந்தான் எம் மச்சான்? நேத்துப்பூரா நான் வூட்டுலதானே இருந்தேன்'' என்று ஆச்சரியமாகக் கேட்டுக்கொண்டே வந்தவன், வீட்டிற்குள் தலையை மட்டும், வங்கிற்குள் இருந்து தலையை நீட்டும் ஓணான் போல நீட்டி, என்ன மச்சான் எப்ப வந்தே?'' என்றான் தங்கராசு.

''டே ..., தங்காராசு, வாடா ... வா. நல்லாயிருக்கியா? எந்தங்கச்சி, புள்ளைங்களெல்லாம் சௌக்கியமா?'' நானும் பதிலுக்கு நலம் விசாரித்தேன்.

''சௌக்கியத்துக்கு என்ன மச்சான் கொறச்சல்? எல்லா நல்லா இருக்கோம். ஒன்னையப் பாக்கறது தான் ஏதோ அதிசயத்தைப் பார்குறாப்ளே இருக்கு'' என்றான்.

அவன் சொல்வதும் சரிதான். எங்க கிராமத்துல பள்ளிக்கூடம் முடிச்சு கல்லூரி வரைக்கும் போனது ஒரு சிலர் தான். அந்த ஒரு சிலரில் நானும் ஒருவன். என்ஜினீயரிங் முடிச்சிட்டு ஒரு சாஃப்ட் வேர் கம்பனியில புரோகிராம் மேனேஜரா வேலை. ஊருல விவசாய நெலம் சொந்தமா இருக்கு. ஆனா விவசாயம் செய்யறவங்களை யாரு மதிக்கிறா? மரியாதைக்காக வேண்டியே ஊரையும், அம்மாவையும் விட்டு வெகுதூரத்தில் வேலை பார்க்க வேண்டியிருக்கு. வேலையில இருக்க கஷ்ட நஷ்டத்தைப் பத்தியெல்லாம் ஊருக்கு என்ன கவலை? வெள்ளையும் சொல்லையுமா மாதச்சம்பளக்காரனாக இருக்க வேண்டும். அப்பத்தான் ஊர் மதிக்கும்.

வரப்புகளில் பேசிக்கொண்டே கிணத்தடி நோக்கி நானும் தங்கராசுவும் நடந்துகொண்டிருந்தோம்.

"மெட்ராஸ்லே வீடுக எல்லாமே பெருசு பெருசாவல்ல இருக்கும். ஒம்மட வீடு எத்தாண்டி? என்றான் தங்கராசு.

"எனக்கு வீடெல்லாம் இல்லை. நான் ஒரு மேன்சன்லதான் தங்கி இருக்கேன்" என்றேன்.

"மேன்சன்னா?" என்று புருவத்தை உயர்த்திக் கேட்டான் தங்கராசு.

"மேன்சன்னா மாத வாடகை கொடுத்து தங்கிக்கற எடம்" என்றேன்.

"அப்படின்னா அதுவும் பெருசுதானே?" என்று கேட்டான் தங்கராசு. தங்கராசுவின் எண்ணத்தில் சென்னை என்றாலே பிரமாண்டம். அங்க இருக்குற கட்டடமெல்லாம் பெருசு பெருசா இருக்கும்கறது அவனோட எண்ணம்.

"ஆமா அதுவும் பெருசுதான்" என்றேன்

"அப்பச்சரி" என்று சொல்லி திருப்தி பட்டுக்கொண்டான் தங்கராசு.

காலைப்பொழுதாக இருந்தாலும் வெயில் சுள்ளென்று ஏறிவிட்டிருந்தது. மரங்கள் சூழ்ந்த வயல்வெளி என்பதால் வீசிய காற்று ஜில்லென்று இதமாக இருந்தது. நான் வழியில் இருந்த ஒரு வேப்பமரத்து கிளையை வளைத்து, பல் துலக்க தோதாக ஒரு சிறு குச்சியை உடைத்து, உடைந்த பகுதியிலிருந்து மூன்று இன்ச் அளவிற்கு இலைகளை உருவிவிட்டு உடைந்த முனையில் வாய் வைத்து கடித்து, குச்சியை பல் துலக்கத் தோதாகும் படி செய்தேன். நான் கடிக்க கடிக்க, குச்சியின் நுனியிலிருந்த இலைகள், கிளுகிளுப்பூட்டினால் குலுங்கிச் சிரிக்கும் குழந்தையைப் போலவே குலுங்கிக் கொண்டிருந்தன.

கிணத்தடி வந்ததும், படிகளில் லாவகமாக இறங்கி சட்டில் நின்று கொண்டேன். கடைசிப் படியில் நான் எடுத்துச் சென்றிருந்த சோப்பு, டவல் எல்லாவற்றையும் வைத்துவிட்டு பல்துலக்கிய வேப்பங்குச்சியை தூர எறிந்துவிட்டு, கிணற்றுத் தண்ணியை இரண்டு கைகளாலும் அள்ளி வாய் வைத்து உறிந்து வாயை கொப்பளித்து துப்பினேன். வேப்பங் குச்சியின் கசப்பிற்கும் கிணற்றுத் தண்ணியின் தித்திப்பிற்கும் போர் மூண்டதைப் போன்ற உணர்வு, ஒவ்வொரு முறை வாய் கொப்பளிக்கும் போதும் உணர முடிந்தது.

இதுதான் கிராமத்து அனுபவம். இது போன்ற ஒவ்வொரு உணர்விலும் தான் இன்றும் கிராமங்கள் வாழ்ந்து கொண்டிருக்கின்றன!.

லுங்கியையும், பனியனையும் கழற்றி நீரில் முக்கி ஊறவைத்து, சட்டிலிருந்து மேலேறிய மூன்றாவது படியில் படீர் படீர் என்று அடித்துத் துவைத்தேன். மீண்டும் நீரில் முக்கி கசக்கிப் பிழிந்து கிணத்து மேட்டில் நின்றுகொண்டிருந்த தங்கராசுவை நோக்கி ''மாப்ள, இந்த லுங்கியையும், பனியனையும் காயப் போடு'' என்று சொல்லி எறிந்துவிட்டு நான் கிணற்று தண்ணீருக்குள் பாய்ந்தேன். என்னை உள்வாங்கிக்கொண்ட கிணற்றுத் தண்ணீர் அதற்கு அத்தாச்சியாக பெரிய பெரிய அலைகளை வெளியேற்றியது.

ஆஹா, என்ன ஒரு சுகம். தாயைப்பார்த்து இரண்டு கைகளையும் விரித்து அழும் குழந்தையை தாய் வாரி அணைத்துக்கொள்வதைப்போல, கிணற்றுத்தண்ணி என்னை வாரி அணைத்துக்கொண்டது.

''மச்சான், ஒங்க ஆத்தா ஒனக்கு ஊரெல்லாம் பொண்ணு தேடிட்டு இருக்கறதப் பாத்தா, இன்னும் ரெண்டு நாளில் கல்யாணத்தை முடிச்சுடுவா போலிருக்கு? ஒங்கிட்ட ஏதும் அத்தை சொல்லுச்சா?'' என்று கிணத்து மேட்டிலிருந்து எனக்கு கேட்க வேண்டும் என்பதற்காக கத்திப் பேசினான் தங்கராசு.

''அப்படியா, எனக்கு ஒண்ணும் சொல்லலியே'' என்றேன். நானும் குரலை உயர்த்தி.

''சரியாப்போச்சு போ. நம்ம எல்லமுத்து மவ, நம்ம ஊர்ல ஒனக்கப்புறம் கலேஜு போற புள்ள அதுதான். அவகப்பனுக்கு ஒனக்கு பொண்ண கொடுக்கத்தான் ஆசை. ஆனா ஒங்க ஆத்தாலுக்குத்தான் பொண்ணைப் புடிக்கலியாம். கேட்டாக்கா, எம் மவன் கலரு என்ன? பொண்ணு கலரு என்னங்குதாம்!'' என்றான் தங்கராசு.

''அப்படியா ...'' என்றேன்.

''என்ன மச்சான் எதக் கேட்டாலும் 'அப்படியான்னு' கேக்குற. ஒனக்குத் தெரியாமத்தான் ஒங்க ஆத்தா இத்தனை பொண்ணுங்களை பாத்துகிட்டு திரியுதாக்கும்?'' ஆச்சரியமாகக் கேட்டான் தங்கராசு.

‘‘எனக்கொரு நல்ல பொண்ணா பார்த்து கட்டி வைக்கணுங்கறது, பாவம் அம்மாவோட ஆசை. ஒத்தப்புள்ளைய பெத்தவ. புருஷனை சின்ன வயசிலேயே இழந்துபுட்டு நான்தான் கதின்னு நெனச்சு என்னைய வளத்தவளுக்கு அப்படி ஒரு ஆசை இருக்கத்தானே செய்யும்’’ என்று மனதிற்குள் நினைத்துக்கொண்டேன்.

நான் அவனுடைய கேள்விக்கு பதிலேதும் சொல்லாததால், ‘‘ஏம் மச்சா, பட்டணத்திலேயே பொண்ணு கிண்ணு ஏதும் பாத்து வச்சிட்டியா? இந்த படிச்ச பசங்களை மட்டும் நம்பக்கூடாது. வேலைக்குப் போறதாட்டம் போயிட்டு, கடைசியில் ஒரு புள்ளைய கூட்டிகிட்டு வந்து, இதுதான் நான் காதலிச்ச பொண்ணு. இதத்தான் கட்டிக்கிட்டேன்னு பெத்த ஆத்தா அப்பங்கிட்டயே அறிமுகப்படுத்துற காலமாச்சே.’’ என்றான்.

‘‘ச்சீச்சீ ..., அப்படியெல்லாம் ஒண்ணும் இல்லப்பா. இப்பத்தானே வேலை கெடச்சிருக்கு. இன்னும் ஒழுகிற ஓலை குடிசையில தானே ஆத்தா வாழ்ந்துட்டு இருக்கு. சம்பாதிச்சு வீட்ட கட்டணும். அப்புறந்தான் கல்யாணம் காட்சியெல்லாம்’’ என்றேன்.

‘‘ஆமா மச்சான். ஒரு பட்டணத்துல வேலை பாக்குறவனோட வீடாட்டவா இருக்கு ஒம்வீடு. அத மொதல்ல செய். ஒங்க ஆத்தாளுக்கு அதுதான் கோயிலாட்டம் நாமளும் காலத்துக்கு ஏத்த மாதிரி மாறிக் கிடணுமில்லையா?’’ என்று என்னுடைய கருத்தை ஆமோதித்தான் தங்கராசு.

நான் குளித்து முடித்து மேலே ஏறி வந்து, லேசான ஈரத்தில் இருந்த லுங்கியைக் கட்டிக்கொண்டு, பனியனைதலையில் போட்டுக் கொண்டேன். அடிக்கிற காலை நேர வெயிலுக்கு நடக்க நடக்க உலர்ந்து போனது பனியன். வீட்டை அடைந்தபோது பசி மயக்கம் காதை அடைத்தது. அதற்குள், அம்மா, ராவுத்தர் கடையிலிருந்து சுடச்சுட இட்லி வாங்கி வைத்திருந்தாள்.

வீட்டில் மாவு ஆட்டி இட்லி தோசை செய்யும் பழக்கம் அம்மாவுக்கு இல்லை. ‘‘ஒத்த மனுஷிக்கு எதுக்கு?’’ என்று நினைத்து விட்டுவிடுவாள். நான் ஊருக்கு வரும் போது காலை டிபன் எப்போதும் ராவுத்தர் கடை இட்லிதான்.

மதியத்துக்கு சோறு வடிச்சு நாட்டுக்கோழி குழம்பு வச்சுக் கொடுப்பாள். அம்மா கையில கோழிக்குழம்பு சாப்பிடுவது அமிர்தம் சாப்பிடுவதைப் போல, அப்படி ஒரு கை மணம், அப்படி ஒரு ருசி.

வட்டியை எடுத்து என் முன் வைத்தவள், ''யேய்யா, நல்லாச் சுடச்சுட இருக்கிறப்பவே, நாலு இட்லியைப் புட்டு வாயில போட்டுக்கையா. ஒன்னால பசி தாங்க முடியாது. சாப்பிட்டுட்டு செத்த நேரம் ஒறங்கி எழு. அதுக்குள்ள அம்மா ஒனக்கு கோழி அடிச்சு சாதம் பொங்கித் தாறேன்'' என்று பேசிக்கொண்டே வெண்கல தூக்கை திறந்து அதிலிருந்த இட்லியை நாலு எடுத்து வட்டியில் வைத்தாள்.

என்னோட கவனமெல்லாம் இட்லி வைக்கப்படிருந்த அந்த வெண்கல தூக்கிற்கு தாவியது. அப்போது எனக்கு அந்த தூக்கு மட்டும் ஆச்சரியத்தைத் தரவில்லை. இன்று நவநாகரீகம் என்ற பெயரில் ப்ளாஸ்டிக் பைகளில் வீட்டுக்கு தேவையான காய்கறிகள் முதற்கொண்டு சாப்பிடுகிற சாம்பார் சட்டினி, குடிக்கிற டீ, காபி வரை ப்ளாஸ்டிக் பைகளில் வாங்கி செல்லும் மனிதர்களுக்கிடையே எனது அம்மா இன்னமும் இது போன்ற தூக்கு சட்டிகளில் இட்லி சட்டினி வாங்கி வந்தது தான் அதிக ஆச்சரியத்தை தந்தது. இன்னும் எனது அம்மா அப்படியே தான் இருக்கிறாள் என்று நினைத்த போது பெருமையாக இருந்தது.

''யாம்மா, இந்த தூக்கை எங்கிருந்தும்மா கண்டுபுடிச்சு எடுத்த? இத்தனை நாளா காணலியே!'' என்றேன் ஆச்சரியத்தோடு.

''அத ஏய்யா கேக்குற? பரண் மேலே ஒரு எலி போயிப் படுத்துகிட்டு குட்டிகளைப் போட்டு வச்சிருச்சு. எலிக்குட்டிகள் கண்ணு முழிக்காம, ''கீச்சு கீச்சு''ன்னு கத்தி நாலைஞ்சு நாளா என்னத் தூங்க விடல போ. அப்புறந்தான், நம்ம எதுத்த வீட்டு காளியப்பனை கூப்பிட்டு பரண் மேல இருக்கறதல்லாத்தையும் கீழே எடுத்துப்போட்டு சுத்தஞ்செய்ய வச்சேன். அப்ப எறக்குன சாமானுகள்லதான்யா இந்த தூக்குச்சட்டியும் இருந்துச்சு. நல்ல தூக்கு, நாலுக்கும் ஒதவுன்னுதான் எடுத்து வச்சேன்'' என்று அம்மா பேசப் பேச என் நினைவுகள் பின்னோக்கி பயணித்தது.

அஞ்சாவது வரை உள்ளூர் பள்ளியில் படித்துவிட்டு ஆறாம் வகுப்புக்கு டவுன்ல இருக்க உயர்நிலைபள்ளியில சேர்த்துவிட்டாங்க. வெளியூர்

பள்ளிங்கறதால மதியத்துக்கு சோறு கட்டிக்கிட்டு தான் சென்றாக வேண்டும்.

''எனக்கு டிபன் பாக்ஸ் வாங்கித்தாம்மா'' என்று கேட்டு அடம்பிடித்தேன்.

''ஏன்யா, அதுக்கெல்லாம் காசுக்கு எங்கையா போறது? இந்தா இருக்கு பாரு வெங்கலத்தூக்கு. இது எங்க ஆத்தா வூட்டுல எங்க கல்யாணத்துக்கு சீதனமா கொடுத்தது. உங்கய்யா இருந்த வரையிலும் காடு கரைக்கு கஞ்சி கொண்டு போறதுன்னா, இதுலதான் ஆசை ஆசையா ஊத்தி குடுத்து விடுவேன். உங்கய்யாவுக்கும் இதை கையில புடிச்சுக்கிட்டு தெரு வழியா போறதுல அவ்வளவு ஒரு கவுருதி. இது நல்ல ராசியான தூக்குய்யா. இதுலயே சோறு கொண்டு போ'' என்று சொல்லிவிட்டாள் அம்மா.

பள்ளிக்கூடம் திறப்பதற்கு முதல் நாள், புளி கரியெல்லாம் போட்டு தேய்த்துக் கழுவி பளபளவென்று தூக்குச்சட்டியை மின்னும்படி செய்திருந்தாள் அம்மா.

வேறு வழியே இல்லாது, அந்த போனியத்தான் தூக்கிக்கிட்டு பள்ளிக் கூடம் போனேன். அங்க வந்த பசங்க வித விதமா எவர் சில்வர்ல டிபன் பாக்ஸ் வாங்கி அதுல சோறு கொண்டு வந்திருந்தாங்க. அவங்க என்னோட தூக்குச்சட்டியை பாக்குற பார்வையே ஒரு மாதிரியா இருக்கும். அதனாலேயே பள்ளிக்கூடம் போகும்போது, தூக்கை புத்தகப் பைக்குள்ள மறைச்சு வச்சுக்குவேன். சாப்பிடும்போது கூட்டத்தோட சேராது தனியா போய் உட்கார்ந்து சாப்பிடுவேன்.

பெரும்பாலும் அம்மா கொடுத்து விடறது புளியோதரை, தயிர் சாதம் இப்படி ஏதாவது ஒண்ணாத்தான் இருக்கும். சில நாட்கள் கஞ்சியும் கொண்டு போயிருக்கேன்.

பழைய கஞ்சிக்கெல்லாம் டிபன் பாக்ஸ் தாங்குமா? கஞ்சிக்கு இந்த மாதிரி தூக்குதான் சரின்னு நெனச்சுக்குவேன்.

''என்னடா கணேசா, ஒன்னோட சாப்பாட்டை நாங்க எடுத்துக்குவோம்ன்னு பயந்துகிட்டு தனியா போய் சாப்பிடுறியோ?''

என்று எனது உடன் பயிலும் நண்பர்கள் பல முறை என்னிடம் இது பற்றி கேலியாக கேட்டிருக்கிறார்கள். நான் அவர்களிடம் எதைச் சொல்ல?

ஒரு நாள் அம்மாவிற்கு ஒடம்புக்கு முடியல. சோறு செஞ்சு தரவும் முடியல. காலையிலேயே ராவுத்தர் கடையில புரோட்டா கிடைக்கும். என்னை ராவுத்தர் கடைக்கு அழைச்சிட்டுப் போன அம்மா, கடைக்கு வெளியே நின்னுகிடுச்சு. நான் மட்டும் போய் சாப்பிடுற மேஜையில் உட்கார்ந்துகிட்டேன்.

''ராவுத்தரே, வெரசா எம் மவனுக்கு ரெண்டு பொராட்டாவை பிச்சி எலையில போடுங்கு. பள்ளிக் கோடத்துக்கு நேரமாச்சி. அப்படியே இந்த தூக்குல மூணு பொராட்டாவை பிச்சிப்போட்டு சால்னா ஊத்திக் கொடுங்க'' என்றாள். இருமலுக்கிடையே வார்த்தைகள் சிதைந்து சிதைந்து வெளிப்பட்டன.

அந்நேரம் அந்த கடையில் டீ குடிக்க ஒன்றிரண்டு பேர் வந்திருந்தார்கள். சாப்பிட யாரும் உட்காரவில்லை. நான் மட்டுந்தான் சாப்பிட சென்றிருந்தவன்.

ராவுத்தர் ஒரு வாழை இலையை எடுத்துவந்து போட்டு, அவரே நீர் தெளித்து, இரண்டு புரோட்டாவை பூ போல உதிரியாக பிய்த்துக்போட்டு, அதற்கு நடுவில் சுடச்சுட சால்னா ஊற்றினார்.

நான் ஒரு வாய் வைத்ததும் சூடு தாங்காமல் ''உஷ்'' என்றேன். வெளியே நின்றிருந்த ஆத்தா பதறிப்போனாள். ஏன்யா சுடுதோ, மெதுவா சாப்பிடுய்யா நேரங்கெடக்குது'' என்றாள்.

அப்போதெல்லாம் புரோட்டாவை பார்ப்பதே அரிது. எப்பவாவது அத்தி பூத்தாற்போல காசு வளமிருந்தா மட்டும் அம்மா வாங்கிக் கொடுப்பாள்.

சால்னா காரமாக இருந்தாலும் சுவையாக இருந்தது. கொஞ்சமா புரோட்டாவை எடுத்து நிறைய சால்னாவில் தோய்த்து சாப்பிட்டேன். ஒரு புரோட்டாவுக்கே ராவுத்தர் ஊற்றிய மொத்த சால்னாவையும் காலி செய்துவிட்டேன்.

மேலும் சால்னா வேண்டும் என்று கேட்க கூச்சமாக இருந்ததால், அம்மாவைப் பார்த்தேன். நான் அவளைப் பார்த்த அடுத்த நொடியே, "ராவுத்தரே பையனுக்கு சால்னா போதல. சால்னா குடுங்க" என்று குரல் கொடுத்தாள்;.

அம்மாவின் குரல் கேட்டு சால்னா கொண்டு வந்த ராவுத்தர் ஒரு கரண்டி சால்னாவை என்னோட இலையில் ஊற்றினார்.

"ராவுத்தரே, சும்மா சொதம்ப ஊத்துங்க" என்று அம்மா சொன்னதைக் கேட்டுவிட்டு இன்னொரு கரண்டி சால்னா ஊற்றினார் ராவுத்தர்.

அதிக சால்னா ஊற்றியதால் எனக்கு ஏக சந்தோஷம். அம்மாவின் முகத்தைப் பார்த்தேன். "சும்மா தயங்காமல் சாப்பிடிய்யா" என்பது போல் சைகை செய்தாள்.

இந்த அம்மா என்ன மந்திரவாதியா? நான் என்ன நினைக்கிறேனோ, அதை எப்படி அவள் என் முகம் பார்த்தே கண்டுபிடித்துவிடுகிறாள் என்று ஆச்சரியப்பட்டிருக்கிறேன்.

அன்று உடம்பு சரியில்லாதபோதும் எனக்கு புரோட்டா வாங்கித் தின்னக் கொடுத்து பள்ளிக்கு அனுப்பிச்சு வச்ச அம்மாவிடம், "நீயும் கொஞ்சம் சாப்பிடும்மா" என்று கேட்கத் தவறிவிட்டேனே என்று நினைக்கும் போதெல்லாம், ஏனோ துக்கம் வந்து தொண்டையை அடைத்துக் கொள்ளும்.

அந்த வெண்கலத் தூக்குப் போனியை தூக்கிக்கொண்டு அலைந்ததாலேயே, எனக்கு "தூக்கு கணேசன்" என்பது பட்டப்பெயராகிப் போனது.

ஆரம்பத்தில் அந்த வெண்கல தூக்குப்போனியை பள்ளிக்குக் கொண்டு போன போது, "டேய் நம்ம கணேசன் பெரிய தூக்குல நாம எல்லோருக்கும் சேர்த்து சாப்பாடு கொண்டு வந்திருக்கான்டா" என்று கேலி பண்ணிச்சிரித்தார்கள். எனக்கு என்னவோபோல் இருக்கும். இந்த தூக்கை கொடுத்தனுப்பிய அம்மா மீது கோபம் கோபமாக வரும்.

ஒரு முறை விளையாட்டு வகுப்பிற்காக பள்ளி மைதானத்திற்கு

சென்று திரும்பியபோது, எனது இருக்கையில் எனது தூக்குப்போனியை காணவில்லை. அது காணாமல் போனதால், ''ஐயையோ, தூக்கை தொலைச்சுட்டு போயி நின்னா, அம்மா வையுமே'' என்று நினைத்த போது, என்னையும் அறியாமல் அழுகை வந்துவிட்டது.

பள்ளிக்கூடம் முடிகிற நேரத்தில் என்னோட தூக்கை ஒளித்து வைத்து விளையாடிய எனது வகுப்புத் தோழர்களே, அதை எடுத்து வந்து கொடுத்து, ''சும்மா வெளையாட்டுக்காக செஞ்சோம்'' என்று சொல்லி சிரித்தார்கள். எப்போதுமே சில பேரது வாழ்க்கை சில பேருக்கு விளையாட்டாகவே தெரிவது மட்டும் ஏன் என்பதுதான் எனக்கு இன்று வரைக்கும் புரியவில்லை.

அம்மா முதல் நாளில் புளியைத் தேய்த்து பளிச்சுன்னு கொடுத்ததோட சரி. அதுக்குப்பின்னாடி ஏனோ, அதை அக்கறை எடுத்து செய்யவில்லை. சும்மா தண்ணீர் ஊற்றி கழுவிக்கொடுக்கும். நாளாக நாளாக, பளிச்சென்று இருந்த வெண்கலப் போனி கறுத்துப் போய்விட்டது.

அந்த தூக்குப்போனிதான் நாளடைவில் எனது அடையாளமாகவும் மாறிப்போனது. ஆரம்பத்தில் அதை தூக்கிச்செல்ல சங்கடப்பட்ட நான், காலம் செல்ல செல்ல அதை பெரிதாக எடுத்துக் கொள்ளவில்லை. ஆரம்பத்தில் கேலியும் கிண்டலும் செய்த மாணவர்களும் பிறபாடு கேலி செய்வதை விட்டுவிட்டனர்.

நான் பதினொன்னாம் வகுப்பு படிக்கப் போனபோது, ''அம்மா, எனக்கு இப்பவாச்சும் டிபன் பாக்ஸ்ல சாப்பாடு கொண்டு போகணும்னு ஆசையா இருக்கு. வாங்கிக்குடும்மா'' என்று கெஞ்சினேன்.

எங்கேயோ காசை புரட்டிக்கொண்டு போய், ஒரு டிபன் பாக்ஸ் வாங்கி வந்துவிட்டாள் அம்மா. ''நீ ஆசைப்பட்டேன்னு சொல்லித்தான் வாங்கியாந்தேன்'' என்று சொல்லிக்கொண்டே பையிக்குள் கையை விட்டபோது எனது மனம் ஆர்வத்தில் துள்ளிக் குதித்தது.

அந்த டிபன் பாக்ஸை வெளியே எடுத்த போது, எனது ஆர்வமெல்லாம் காணாமல் போய்விட்டிருந்தது. இருக்கிறதுலேயே பெரிய டிபன் பாக்ஸ்ஸா பார்த்து வாங்கி வந்துவிட்டிருக்கிறாள் அம்மா!

‘‘ம்ம்ம் … அவளுக்கென்ன, அவ புள்ள நான் நெறையச் சோறு தின்னு தெடமா இருக்கணுமங்கற ஆசையில வாங்கியாந்திருக்கா. இதை எடுத்துட்டு போனா, பள்ளிக்கூடத்துல நானல்லவா அவமானப்படணும்’’ என்று மனதுக்குள்ளேயே அம்மாவை வஞ்சுகிட்டேன்.

மனதுக்கு பிடிக்காவிட்டாலும், அம்மா மனசு நோகக்கூடாதுன்னு அவ வாங்கிக் கொடுத்த அந்தப் பெரிய டிபன் பாக்ஸிலதான் பன்னிரண்டாவது முடிக்கறது வரை சாப்பாடு கொண்டு போனேன்.

புதிய டிபன் பாக்ஸ் வந்ததும், பழைய தூக்குப் போனியப் பத்திய சிந்தனை இல்லாமப் போச்சி. அதுக்கப்புறம் காலேஜ், வேலைன்னு காலங்கள் ஓடிட்டதால நான் அந்த தூக்குப் போனியை மறந்தே போய்விட்டேன்.

அம்மா இட்லி எடுத்து வைத்தபோதுதான் அதை திரும்பவும் பார்த்ததால் எனக்கு ஆச்சரியம் மேலோங்கியது மட்டுமல்லாது, பழைய நினைவு களும் வந்து போனதால் என்னையும் அறியாமல் என் கண்கள் கலங்கி விட்டிருந்தது.

‘‘ஏன்யா சாப்பிடாம இந்த தூக்கையே பாத்துகிட்டு உட்காந்துட்ட? மொக மெல்லாம் என்னமோ மாதிரி இருக்கே சாமி’’ என்று பதறினாள் அம்மா.

‘‘ஒண்ணுமில்லை, இந்தா நான் சாப்புடறேன்’’ என்று அம்மாவிடம் சமாதானம் சொல்லிக்கொண்டே இட்லியைப் புட்டு வாயில் போட்டபடி, ‘‘அம்மா, நான் ஊருக்கு போகும்போது, இந்தத் தூக்கை என்னோடயே எடுத்துட்டுப் போகட்டா? இதை எங்கூடயே வச்சுக்கணும்போல இருக்கு’’ என்றேன்.

‘‘போயா, படிச்ச புள்ள நீ, இதைத் தூக்கிகிட்டுபோனா நல்லாவாயிருக்கும்? இது பழசிய்யா. அம்மா ஒனக்கு வேணுன்னா புதுசா டிபன் பாக்ஸ் வாங்கித் தாரேன்’’ என்று சொன்னாள்.

என்னுடைய உணர்வுகளை எப்படி அவளுக்கு புரிய வைப்பதுன்னு தெரியலை. அதை எனது பள்ளிக்கூட கால நினைவாக வச்சுக்கிட ஆசைப் பட்டு கேட்டேன். அது ஏனோ அம்மாவிற்கு புரியலை.

நான் சாப்பிட்ட வட்டியை கழுவி ஊத்த வெளியே போன அம்மாவிடம், திண்ணையில் உட்கார்ந்து வெற்றிலை பாக்கு இடித்துக்கொண்டிருந்த கங்கம்மா பாட்டி, ''ஏத்தா, புள்ளதான் ஆசைப்பட்டு கேக்குறானல்ல. அது என்ன தங்கமா? வீட்டுல பூட்டி வச்சு பாதுகாக்க. கொடுத்துவிட வேண்டியது தானே'' என்றாள். ''நீ சும்மா கெட கெழவி, எங்க வூட்டுக்காரு ஞாபகமா அது ஒண்ணுதானே இருக்கு. அந்த போனியப் பாக்குறப்பல்லாம் அவுக மூஞ்சிதான் எனக்கு தெரியும். அதைப் போயி குடுத்துவிடச் சொல்றே'' என்று அம்மா பாட்டியிடம் சொன்னது என் காதில் விழுந்தது.

நானும் அம்மாவோடு இல்லை. அப்பாவும் இல்லை. ஏதோ சின்னச்சின்ன நினைவுகளை பத்திரப்படுத்தி வைத்துக்கொண்டு அதையே தனக்கு துணையாக்கிக் கொண்டு வாழ்ந்து வருகிறாள் என்பதை நினைத்து பார்த்தபோது மனது வலித்தது.

அதை நான் தூக்கி செல்வதை விட அம்மாவிடம் இருப்பது தான் சரி என்று முடிவு செய்தேன். அது எனது ஞாபகச் சின்னம் அல்ல. உண்மையில் அம்மாவோட ஞாபகச்சின்னம் என்பதை புரிந்து கொண்டவனாய் சென்னைக்கு கிளம்பி வந்தேன்.

சென்னை திரும்பி ஒரு வாரம் கழித்து அம்மாவிடம் இருந்து கடிதம். யாரோ அம்மா சொல்லச் சொல்ல எழுதி அனுப்பியிருக்கிறார்கள். ஆவலோடு கடிதத்தை பிரித்தேன்.

''அன்புள்ள கணேசனுக்கு,

அம்மா எழுதுவது. நீ ஆசைப்பட்டு கேட்ட அந்த வெண்கலத்தூக்கை இந்த சிரிக்கி மவோ கொடுக்காம வச்சிகிட்டனேன்னு நெனச்சி நெனச்சி தூக்கமே வரலைய்யா. அதைப் பாக்குற போதெல்லாம் ஓம் மொகந்தான் கண்ணு முன்னாடி வந்து போகுது. அம்மாவை மன்னிச்சிடுய்யா. அம்மா அந்த தூக்கை புளிப் போட்டு தேய்ச்சி வச்சிருக்கேன். வாரப்போ எடுத்துக்கோய்யா ...'' என்று தொடர்ந்த கடிதத்தை அதற்கு மேல் என்னால் படிக்க முடியவில்லை கண்களில் நீர் கட்டிக்கொண்டு சாரல் சாரலாக கண்ணீர் வடிந்துகொண்டிருந்தது.

என்னவிலை அழகே

வழக்கம் போல அன்றைய பொழுதும் ஏமாற்றாமல் விடிந்திருந்தது. விடிந்துவிட்டதற்கான அறிகுறிகள் ஜன்னலின் உள்ளே இழையோடிய வெளிச்சத்திலும், தெருவில் நடந்து செல்லும் மனிதர்களின் சலசலப்பிலும் வெளிப்பட்டுக்கொண்டிருந்தது.

இன்னும் கொஞ்சம் நேரம் தூங்கலாம்தான். மனம் ஏங்கியது. ''ஆமாம் தூங்கலாம் தான். இப்ப அரக்க பறக்க எழுந்து கிளம்பாமல் போனால் ஆபீஸ் போற வேலையா கெடப்போவுது?'' என்று ஒரு மனது சொன்னாலும், ''இப்படியே படுத்துக்கிடந்தா பிள்ளையை பள்ளிக்கூடத்துக்கு அனுப்பறது யாரு?'' என்று இன்னொரு மனம் கேள்விகேட்க, வேறு வழியின்றி வேண்டாவெறுப்பாக எழுந்து கொண்டாள் மஹாலக்சுமி.

இன்னும் பிரியா எழுந்திருக்கவில்லை. ஆழ்ந்து தூங்கிக்கொண்டிருந்தாள் குழந்தை. மஹாலக்சுமியின் தாய் எழுந்துவிட்டிருந்தாள். அவளது இருப்பை வெற்றிலை பாக்கை உரலில் போட்டு இடிக்கும் சத்தத்தின்மூலம் காட்டிக்கொண்டிருந்தாள்.

தனது மெலிந்த நிறமங்கிய கைபேசியை எடுத்து அதன் பட்டன் ஒன்றை அழுத்தி நேரம் என்னவென்று பார்த்தாள். மணி ஆறு பதினாறு என மங்கலாக காட்டியது அந்த பழைய மாடல் சைனா செட் மொபைல்.

பிரியாவை எழுப்பலாமா என்று நினைத்தவள், குழந்தையின் முகத்தை பார்த்து மனம் இரங்கி, ''பாவம் இன்னும் செத்த நேரம் தூங்கட்டும்'' என்று விட்டுவிட்டாள். ஒரே பெண் குழந்தை. உயிருக்கு உயிராக வளர்த்து வந்தாள்.

சிறிய பத்துக்கு பத்து வீடு. அதுவும் மஹாலக்சுமியின் தாய்வீடு. அப்பா அம்மாவிற்கு ஒரே பிள்ளை என்பதால் அப்பா இறந்த பின் வயதான தாயோடு அந்த சிறிய வீட்டில் வாழ்ந்து கொண்டிருந்தாள் மஹாலக்சுமி.

வீட்டு வேலைகளை முடித்து, அவசர அவசரமாக குழந்தையை பள்ளிக்கு கிளப்ப வேண்டியிருந்தது.

''சீக்கிரம் கிளம்பு பிரியா, ஸ்கூல் வேன் வந்திடும்.''

''அப்போ எனக்கு சாப்பாடு வேணாம்'' சிணுங்கினாள் குழந்தை.

''சாப்பாடு வேணாமா? செல்லம் பண்ணாம சாப்பிட்டுட்டு கெளம்பு'' அதட்டினாள் மஹா.

பிரியா, பக்கத்து ஊரிலுள்ள மெட்ரிகுலேசன் பள்ளியில் படித்துக் கொண்டிருந்தாள். எல்லா தாய் தந்தைகளுக்கும் இருக்கும் அதே கனவோடு தான் தனது குழந்தையையும் படிக்க வைத்துக்கொண்டிருந்தாள் மஹாலக்சுமி.

''பாட்டி டாட்டா, அம்மா டாட்டா'' என்று சொல்லிவிட்டு கிளம்பினாள் பிரியா.

குழந்தையை வேனில் ஏற்றிவிட்டு வந்த மஹா தன்னை அலங்கரித்துக் கொள்ளத் தொடங்கினாள். கண்ணாடி முன் நின்றவளுக்கு, ''இன்னிக்கு என்ன புடவை உடுத்திக்கொள்ளலாம்?'' என்ற ஒரு சிறிய யோசனையோடு பீரோவை திறந்து ஒரு நீல நிற புடவை எடுத்து மார்புக்கு குறுக்கே போட்டுக் கொண்டு கண்ணாடி முன் நின்றாள். அவளது மாநிறத்திற்கு அந்த சேலை எடுப்பாக இருந்தது.

''சின்னச்சின்ன வண்ணக்குயில்
சொல்லிச் சொல்லி பாடுதம்மா..... புரியாத
ஆனந்தம் ... புதிதாக ஆரம்பம் ...'' என்று பாடல் ஒன்றை முணுமுணுத்த படியே தன்னை முழுமையாக அலங்காரம் செய்து, மல்லிகைப் பூச்சரத்தை எடுத்து தலை நிறைய சூடிக் கொண்டாள். சிக்கென்ற உடல் அமைப்போடும், செய்து வைத்த மூக்கு என்பார்களே அது போல அழகிய மூக்கு, உதடு, கண், இமை, கழுத்து என்று ஒவ்வொரு அங்கமாக

செதுக்கி வைத்த சிலை போல காட்சியளித்தவளுக்கு, தன் உருவத்தை பார்க்கப் பார்க்க அவள் கண்ணே பட்டுவிடும் போல இருந்தது.

தனது ஹேண்ட் பேக்கை எடுத்து தோளில் மாட்டிக்கொண்டு ''அம்மா நான் போயிட்டு வாரேன் ...'' என்று சொல்லி விட்டு கிளம்பினாள் மஹாலக்சுமி. தெருவில் எதிர்படுபவர்கள் யாரும் அவளிடம் பேசவில்லை. அவளும் யாரையும் தலை நிமிர்ந்து பார்க்கவில்லை.

அந்த சிறிய ஊரிலிருந்து ஐந்து மைல்களுக்கு அப்பால் உள்ளது சோலை நகர். அதுதான் அந்தப்பகுதியில் பெரிய ஊர். தினமும் சோலை நகருக்கு சென்று வருவதுதான் மஹாலக்சுமிக்கு வேலை.

கிளம்புவது என்னவோ அலுவலகம் செல்லும் நேரத்திற்குத்தான். ஆனால் வீடு திரும்புவது தான் எப்போது என்று சொல்ல முடியாது. சில நாட்கள் மாலை நேரமே வீடு திரும்பிவிடுவாள். சில நாட்கள் இரவு வெகு நேரமாகும். சில நாட்கள் அடுத்த நாள் காலை தான் திரும்ப முடியும்! இது எதுவும் அவள் தீர்மானிப்பதல்ல. அவளது கஸ்டமர்கள் முடிவு தான்.

சிலர் ஜென்டில்மேன்களாக இருப்பார்கள். சிலர் சாவு கிராக்கிகளாக இருப்பார்கள். அவள் என்ன தொழிற்சாலையோ, வர்த்தக நிறுவனம் ஒன்றையோ வைத்தா நடத்துகிறாள்? ஜென்ட்டில்மேன்களை மட்டும் தேடிப் பிடித்து வேலைக்கு அமர்த்த? அவளது தொழிலில் யாரையும் வேண்டும், வேண்டாம் என்று தட்டிக்கழிக்க முடியாதே. சில நாட்கள் அப்படி சாவு கிராக்கியும் கிடைக்காமல் வெறுங்கையோடு வீடு திரும்பியுமிருக்கிறாளே!

அன்று முகூர்த்த நாளோ என்னவோ? பேருந்தில் கூட்டம் முண்டியடித்துக் கொண்டிருந்தது. ''ஏறி வா ... ஏறி வா ..., படியில நிக்காதே. உள்ளே வா. நீ கொஞ்சம் இந்தப்பக்கம் வாம்மா. ம்ம் ... டிக்கட்டா கேட்டு வாங்கு. டிக்கட் டிக்கட்'' என்று குரல் கொடுத்துக் கொண்டே கூட்டத்தில் நீந்திக் கொண்டிருந்தார் நடத்துநர்.

மஹாலக்சுமி சூடியிருந்த மல்லிகையோடு அங்கே பேருந்தில் இருந்த பெண்கள் சூடியிருந்த மல்லிகை பூக்கள் எல்லாம் கூட்டு சேர்ந்து கொண்டு பேருந்தை மல்லிகை தோட்டமாக்கியிருந்தன. மல்லிகை வாசம் கிறங்கடிப் பதாய் இருந்தது.

மஹாவை பார்த்தால் ஒரு குழந்தைக்கு தாய் என்று யூகித்து விட முடியாது. அவ்வளவு கச்சிதமான உடல் அவளுக்கு, 'மஹா' என்பதுதான் கஸ்டமருக்கு தெரிந்த பெயர்.

மூக்கும் முழியுமாய் மாநிறத்தில் ஒரு தேவதை போலவே இருப்பாள். அதுவும் அன்று உடுத்தியிருந்த நீலநிற புடவையில் ஏதோ பூலோக ரம்பை போல காட்சியளித்துக் கொண்டிருந்தவளை பல கண்கள் மொய்த்துக் கொண்டிருந்தன.

சோலைநகர் பேருந்து நிலையத்தில் அவளை பார்த்தவர்களுக்கு மட்டும் தான் தெரியும் மஹா யார், என்ன தொழில் செய்கிறாள் என்று. மற்றபடி புதிதாக பார்ப்பவர்கள் அவளை ஒரு குடும்ப பெண்ணாகவே தான் மதிப்பிடுவார்கள்.

விலைமாதர்கள் மட்டும் அப்போ குடும்ப பெண்கள் இல்லையா? அவர்களுக்கென்று குடும்பம் இல்லையா? என்று கேட்கலாம். அவர்களும் குடும்பப் பெண்கள்தான். அவர்களுக்கும் குடும்பம், குடும்ப பாரம், குடும்ப கஷ்டம் எல்லாம் இருக்கிறது தான். ஆனால் இங்கு சமூக பார்வை வேறொன்றாக இருக்கிறதே!

தன் கணவனை விடுத்து இன்னொரு ஆடவனை தேடிவிட்டாளே, குடும்பப் பெண் என்கிற பட்டம் பறிக்கப்பட்டுவிடாதா?

மஹா பின்புறம் நின்று ஒருவன் உரசிக்கொண்டே வந்தான். விலகி விலகி நின்று சலித்துப்போனவள், ''ஏங்க, பின்னாடி தான் அவ்வளவு எடம் கெடக்கே, தள்ளி நிக்க வேண்டியது தானே'' என்று சொல்லிவிட்டு முகத்தை திருப்பிக்கொண்டாள். மஹா முறைத்ததும் வேறு வழியின்றி விலகி நின்று கொண்டான் அந்தப் பயணி.

ரொம்ப நேரமாக மஹாவை குருகுருவென உற்றுப்பார்த்தபடி நின்றிருந்த நம்ம ஹீரோ, மெல்ல மெல்ல நகர்ந்து அவளருகே வந்து, 'நீங்க அழகா இருக்கீங்க. எனக்கு புடிச்சிருக்கு' என்றான்.

''இவனுக்கு என்ன பைத்தியமா? ஏதோ காதலிகிட்ட வந்து காதலை சொல்றா மாதிரி சொல்றானே'' என்று எண்ணிய மஹா பதிலேதும்

சொல்லாமல் சிரித்துக்கொண்டாள். அவளிடம் பேசும் ஆண்கள் பெரும்பாலும் முதலில் சொல்லும் வாசகம் ''நீ அழகா இருக்கே'' என்பது தான்.

நம்ம ஹீரோ சொன்னதை கேட்டு மஹா எந்தவித எதிர்வினையும் காட்டாமல் அதை ஆமோதித்து சிரித்ததால், தைரியம் பெற்றவனாக, ''எங்கூட வாரியா?'' என்று மெல்லிய குரலில் அவள் காதருகே கேட்டான். என்னதான் விலைமாதாக இருந்தாலும் நேரடியாக ஒப்புக்கொள்வதில்லை. பிகு பண்ணுவாள் தான்.

ஏனோ தெரியவில்லை, அவனை மஹாவிற்கு பிடித்திருந்தது, அவனது அழைப்பை மறுக்க மனமில்லாது ''சரி'' என்பது போல தலையாட்டினாள்.

''அடுத்த ஸ்டாப்ல எறங்கிடு'' என்று சொல்லிவிட்டு வாயிற்பக்கமாய் சென்ற நம்ம ஹீரோவையே வைத்த கண் வாங்காமல் பார்த்துக் கொண்டு நின்றாள் மஹா.

இன்று கிராக்கி பஸ்ஸிலேயே கிடைத்துவிட்டதென்கிற சந்தோஷம் ஒரு புறம். அதுவும் வந்தவன் அவளது மனதிற்கு பிடித்தவனாக அமைந்ததில் இரட்டிப்பு மகிழ்ச்சி.

சில கஸ்டமர்கள் 'போன் செய்தும் அழைப்பதுண்டு. ஆனால் அதை நம்பி மட்டும் பிழைப்பை ஓட்ட முடியாது. அப்படியான கஸ்டமர்கள், அவர்கள் தேவைக்கு அழைப்பார்கள். சில நாட்கள் அழைப்பே வராது. அதை நம்பி உட்கார்ந்திருந்தால் ஜீவனம் செய்ய முடியாது என்பதால் தினமும் அலுவலகம் கிளம்பிச் செல்பவள் போல கிளம்பி, சோலைநகர் பேருந்து நிலையம் சென்றுவிடுவாள். எப்படியும் ஒன்றிரண்டு கிராக்கிகள் கிடைத்தால் அன்றைய நாளைக்கான பிழைப்பாகிவிடும்.

சில நேரம் இப்படி வழியிலேயே கண்டுகொண்டு அழைப்பு விடுப்பவர் களும் உண்டு.

அவன் இறங்கியதும், அவன் பின்னாலேயே இறங்கிக்கொண்டாள் மஹா. நம்ம ஹீரோவும் பார்க்க அழகாகத்தான் இருந்தான். இன்னும்

சொல்ல முடியாத ஏதோ ஒரு கவர்ச்சி அவனிடம் இருந்தது. தோற்றத்தை வைத்துப் பார்த்தால் கல்லூரியில் படிப்பவனாக இருக்க வேண்டும். அல்லது கல்லூரி படிப்பை முடித்துக்கொண்டு வேலை தேடுபவனாக இருக்க வேண்டும்.

மஹா அவன் பின்னாலேயே இறங்கி அவனோடு செல்வதை அவளை அதுவரை நோட்டமிட்ட கண்கள் ஏக்கத்தோடு பார்த்தன.

மஹாவினுடைய வாழ்வாதாரமே ஆண்களை சார்ந்தும், அவர்களின் துணையுடனே நடப்பது தான் ஆயினும், அவளுக்கு ஆண்கள் என்றாலே வெறுப்புதான்.

அவளை கட்டிகிட்டவன் எப்போது அவள் மீது சந்தேகம் கொண்டு அடித்து துவைத்தானோ, அப்போது உருவானதுதான் அந்த வெறுப்பு.

ஆனால் ஒரு ஆணை வெறுத்தாலும் இன்னொரு ஆணிடம் சரணடையும் படி தான் இருந்தது அவள் தலைவிதி. மஹாவிற்கு நன்றாகவே தெரியும், இது தன்னைப் போல உடம்பை விற்கும் காரியம் செய்யும் பெண்களுக்கு மட்டுமல்ல, ஏனைய குடும்பப் பெண்களும் கூட, தந்தை, கணவன், மகன் என்ற இந்த மூன்று உறவுகளின் தயவில் தான் வாழ்க்கை முழுவதையும் வாழ்ந்து முடித்தாக வேண்டும் என்கிற பெண்ணடிமைச் சங்கிலியின் வலிமையை.

பத்தினிக்கு ஒரு கணவன். மஹாவிற்கோ கண்டவனெல்லாம் கணவன். அவ்வளவுதான் வித்தியாசம். ஆனால் அடிமை வாழ்வு அடிமை வாழ்வு தான். கூண்டுக்கிளிக்கும் வனக்கிளிக்கும் என்ன வித்தியாசமோ, அது தான் மஹாவிற்கு ஏனைய குடும்ப பெண்களுக்கும் என்பது அவளது நம்பிக்கை.

ஒரு முறை மஹாவை அழைத்துச் சென்றவன், ஒரு காட்டு மிராண்டி கூட்டத்திடம் சிக்கவைத்துவிட்டான். அந்த காட்டு மிராண்டி கூட்டத்திடம் இருந்து மீண்டு வருவதற்குள் போதும் போதும் என்றாகிப்போனது.

அவளுடைய ஒவ்வொரு அனுபவமும் ஆண்களின்மீது வெறுப்பை கூட்டுவதாக இருந்ததே தவிர அவர்களின் மீது ஒரு மதிப்பு மரியாதையை கூட்டுவதாக இல்லை.

ஆனால் எல்லா ஆண்களும் கொடுமைக்காரர்களாக, மனித மிருகங்களாக இல்லை. ஒரு சில நல்ல, கண்ணியமான? ஆண்மகன்களையும் பார்த்துத் தான் இருந்தாள் மஹா.

''உன் பேரு என்ன?'' என்று மெதுவாக கேட்டான்.

''மஹா'' என்றாள் குழந்தைபோல.

''எந்த ஊரு?''

''கரிசப்பட்டி'' என்றாள் அலட்டிக்கொள்ளாமல். இந்த விவரங்கள் யாவும் அவனுக்கு முன்னமே தெரியுமென்றாலும் என்ன பேசுவது என்று தெரியாமல் இது போன்ற கேள்விகளை கேட்டுவைத்தான். அவர்கள் இறங்கிக் கொண்ட நிறுத்தத்தில் ஒரே ஒரு பெட்டிக்கடை மட்டுமே இருந்தது. அதில் ஒரு வயதான தாத்தா உட்கார்ந்திருந்தார். கடைக்கு ஆட்கள் யாரேனும் வருவார்களா என்று போலீஸைக் கொண்டு தான் விசாரிக்கணும் என்கிற நிலையில் இருந்தது அந்த பெட்டிக்கடை.

''கொஞ்சம் இரு இந்தா வந்திடறேன்'' என்று சொல்லிவிட்டு பெட்டிக்கடை பக்கம் சென்றவன், சிகரெட் வாங்கி அதில் ஒன்றை எடுத்து பற்ற வைத்த படி மீண்டும் மஹாவை நோக்கி நடந்துவந்தான்.

''இப்படியே இந்த மண் ரோட்ல எறங்கி போனா எல்லாமே தோட்டங்கள் தான். யாரும் ஆட்கள் இருக்கமாட்டாங்க'' என்று சொல்லிவிட்டு அவளது பதிலுக்கு காத்திராமல் முன்னே நடந்தான் அவன். சரி என்று ஒப்புக் கொண்டு வந்துவிட்ட பின், அவன் இழுத்த இழுப்பிற்கெல்லாம் சம்மதித்துத்தானே ஆகவேண்டும். அவளுக்கு இது என்ன முதல் அனுபவமா என்ன? அவன் பின்னாலேயே நடந்தாள் மஹா.

''காலையிலே டிபன் சாப்பிட்டாச்சா?'' கனிவோடு கேட்டான்.

''ம்ம்ம் ... ஆச்சு''.

''பேரு என்ன சொன்னே?'' என்று மீண்டும் கேட்டான். ''ங்க'' என்கிற மரியாதை விகுதி போய் ஒருமை வந்துவிட்டிருந்தது.

''மஹா''

"மஹான்னு ஒரு பேரா?"

"இல்லை மஹாலட்சுமிங்கறதான் பேரு. மஹான்னு சுருக்கி கூப்பிடுவாங்க" என்றாள்.

அது ஒரு மாட்டு வண்டி பாதை. இரண்டு புறமும் வயல்வெளிகளும் தென்னந் தோப்புகளுமாக பார்ப்பதற்கே ரம்மியமாக இருந்தது. அவர்களுக்காகவே வீசியது போல தென்றல் வந்து அவர்கள் இருவரையும் தழுவிச்சென்றது.

பொதுவாக எப்படிப்பட்ட கஸ்டமராக இருந்தாலும் எதாவது ஒரு லாட்ஜில் தான் அறை எடுப்பார்கள். சிலர் வீடுகளுக்கே அழைத்துச் செல்வார்கள். இது போன்ற பொதுவெளிகளில் இதற்கு முன் மஹா சென்றதில்லை. பாதுகாப்பாக இருக்குமா? என்கிற பயம் உள்ளூர இருந்து உறுத்தவே செய்தது.

"வீட்டுக்காரர் என்ன செய்யறார்?"

"............................"

மஹாவிடமிருந்து பதிலேதுமில்லை "ஒன்னத்தான் கேட்டேன்" என்றான் நடையை நிறுத்தி அவள் பக்கமாக திரும்பி.

"சோலைநகர் போயி ஏதாவது ரூம் போட்டுக்கலாமே" என்றாள் மஹா.

"ஏன் பயமா இருக்கா?"

"ஆமாம்" என்பது போல் தலையாட்டினாள் மஹா.

"நான் இருக்கேன்ல. நானிருக்கும் போது என்ன பயம்? ஒண்ணும் ஆகாது. நான் பாத்துக்கறேன்" என்று சொல்லிக்கொண்டே நடக்கத் தொடங்கினான் அவன்.

அவன் அவ்வளவு சொல்லும்போது அதற்கு மேல் அவளால் ஏதும் பேச முடியவில்லை.

வேறு வழியின்றி அவன் பின்னாலேயே சென்றாள் மஹா.

"நான் சாயங்காலத்துக்குள்ளே வீட்டுக்கு திரும்பியாகணும். எம் பொண்ணு ஸ்கூல் முடிச்சிட்டு வந்திடுவா" என்றாள் தயக்கத்தோடு.

"ஓம் பொண்ணு படிக்குதா? எந்த கிளாஸ்?"

"ஒண்ணாம் வகுப்பு?"

"எந்த ஸ்கூல்?"

"கே.வி.எஸ். மெட்ரிகுலேசன்"

"உன்னோட வீட்டுக்காரர்?"

"........................."

மறுபடியும் மௌனமாக இருந்தாள் மஹா.

"ஏன் உன்னோட புருஷனைப்பத்தி சொல்லக்கூடாதோ?"

"அப்படியில்லை ..."

"அப்புறம் ஏன் தயக்கம்?"

"சொல்றுதுக்கு ஒண்ணுமில்லைங்கறதால ஒண்ணும் சொல்லலை"

"ஏன் இப்ப உன்கூட இல்லையோ?" மூஞ்சியில் ஆச்சரியக்குறி

"ஆமாம்" என்பது போல தலையாட்டினாள் மஹா.

"........................."

சிறிது நேரம் இருவரும் எதுவும் பேசிக்கொள்ளவில்லை. மௌனமாக அவன் முன் செல்ல இவள் பின்னே சென்றுகொண்டிருந்தாள்.

எதிர்புறமாக ஒரு பெரியவர் மிதிவண்டியில் பால் கேனை ஏற்றிக் கொண்டு வந்தார். அவர்கள் இருவரையும் எதையோ காணாததை கண்டுவிட்டவர் போல வெறிக்க வெறிக்க பார்த்துக்கொண்டே கடந்து போனார். எதோ அவருக்கவரே பேசிக்கொண்டே சென்றது இருவரின் காதில் விழுந்தது. ஆனால் என்ன பேசினார் என்பது விளங்கவில்லை.

"எனக்கென்னவோ பயமா இருக்கு. திரும்பி போயிடலாம்" என்றாள் மஹா தயங்கியபடி.

"இல்லை இன்னும் கொஞ்சதூரந்தான். பயப்படாமல் வா ..." என்று அவள் கை பற்றி அழைத்தான் அவன்.

அவனது கை தீண்டியதும் என்னவோ போலிருந்தது மஹாவிற்கு. அவள் அந்த உரிமையை ரசித்தாள். அவனது தீண்டலில் தூண்டப்பட்டாள். வெட்கம் வந்து முகம் சிவந்தது.

சிலர் சாவதற்கு அழைத்தால் கூட தயங்காமல் உடன் செல்லத் தோணும். அவன் அந்த ரகம். அதனால் தான் மகுடிக்கு மயங்கிய பாம்பு போல அவனது இழுப்பிற்கு எல்லாம் அசைந்து கொடுத்து தன்னிலை மறந்து மந்திரித்து விட்டவள் போல் பின்னே சென்றாள்.

விலைமகளாக இருந்தாலும், பணத்தேவைக்காக தனது மானத்தையும் உடலையும் விற்பவளாக இருந்தாலும் சில மனிதர்களோடு பழகும் போது பணம் என்பதையும் கடந்து சுய விருப்பமும், ஈடுபாடும் அவளையும் அறியாமல் அவளை ஆட்கொள்வதை மஹாவும் உணர்ந்திருக்கிறாள். அவர்களுடைய நட்பு தொடராதா? என்று ஏங்கியுமிருக்கிறாள்.

பேசிக்கொண்டே நடந்ததால் நடந்த தூரம் தெரியவில்லை. வழியில் ஒரு பெரிய ஆலமரமும் அதற்கு கீழே உட்காருவதற்கு தோதான கல்திட்டும் இருந்தது. அந்த ஆல மரம் தான் அவன் தேடி வந்த இடம்.

நேராக சென்று கல்திட்டில் உட்கார்ந்து கொண்டவன், "வா, வந்து உட்கார்" என்று மஹாவிற்கு சைகை காட்டினான். அவன் சொன்ன இடத்தில் ஏதோ ரிமோட்டிற்கு இயங்கும் ரோபோ போல போய் உட்கார்ந்து கொண்டாள் மஹா.

"இந்த இடம் எப்படி இருக்கு?" என்று கேட்டுவிட்டு மஹாவின் முகத்தைப் பார்த்தான் அவன்.

"நல்லா இருக்கு" என்று வெட்கத்தோடு சொன்னாள் மஹா.

"இந்த இடத்துக்கு நான் அடிக்கடி வருவேன்" என்று சொன்னவனின் வார்த்தை களில் ஏதோ ஒரு வித விரக்தி தொக்கி நின்றது.

ஏதும் சொல்லாமல் அவன் முகத்தையே கூர்ந்து பார்த்துக்கொண்டிருந்தாள் மஹா.

அந்த இடத்தை சுற்றிலும் தனது பார்வையை ஓட்டிவிட்டு மஹாவை நோக்கி பார்வையை செலுத்தியவன், ''நான் கூப்பிட்ட ஒடனே எங்கூட வர எப்படி சம்மதிச்சே?'' என்று கேட்டான். அவனது அந்த கேள்வியை எதிர் பார்த்திடாத மஹா பதிலேதும் சொல்லாமல் மெல்லியதாக சிரித்தாள்.

அந்த சிரிப்பில் அவள் தேவதை போல இருந்தாள். அவள் சிரிப்பும், அவள் சூடியிருந்த மல்லிகைப் பூவிலிருந்து கிளர்ந்தெழுந்த வாசமும் அவனுக்குள் ஒரு வித கிரக்கத்தை ஏற்படுத்தியிருந்தது.

''நான் கேட்டதற்கு பதிலே இல்லையே?'' என்றான்

''என்ன கேள்வி?'' என்றாள்.

அவளையே வினோதமாக பார்த்தவன், ''சரி சொல்லு, உங்க வீட்டுக்காரரை விட்டு எப்ப பிரிஞ்சே? ''

தலையை கீழே கவிழ்த்து சிறிது நேரம் மௌனம் காத்தவள், பின்பு தலையை நிமித்தி அவன் முகத்தை பார்த்து, ''ஆறு ஏழு வருசம் ஆச்சு'' என்றாள்.

''ஏன்?;''

''தெரியாது'' என்பதை உதட்டை பிதுக்கி காட்டினாள் மஹா.

''எப்ப இருந்து இந்த மாதிரி?''

''எந்த மாதிரி?'' கண்களை சுருக்கி தலை கோணித்து குறும்பாக கேட்டாள்.

''இல்லை, மற்ற ஆண்களோடு பழக்கம்''

''அது ரொம்ப நாளா. ஒரு நாலைஞ்சு வருசமா'' என்றாள்.

''கஷ்டமா இல்லையா?'' என்றான்

''எதுக்கு கஷ்டம்?''

''இல்லை, இந்த மாதிரி இருந்தா, ஊர்லே வேற மாதிரி பார்ப்பாங்களே. அது கஷ்டமா இருக்காதா?''

"ஆரம்பத்துல இருந்திச்சு. இப்போ அதுவே பழகிப்போச்சு" என்று சொல்லிவிட்டு மெல்லிதாக சிரித்தவளின் சிரிப்பில் சோகம் இழையோடியது.

"இது தப்புன்னு தோணலையா?" என்றான்.

"பச்" என்று ஒலி எழுப்பிக்கொண்டு தலையாட்டினாள் மஹா.

"ஏன் இது தப்பில்லையா?" என்று அவளைப் பார்த்துக்கேட்டான்.

அவனது செயல் மஹாவிற்கு வியப்பாக இருந்தது. பொதுவாக அவளை அணுகும் ஆண்கள் அதிகம் பேசவே மாட்டார்கள். எதற்காக வந்தார்களோ அதில்தான் அவர்கள் கவனம் இருக்கும். ஆனால், இவனோ இவளை அழைத்துக் கொண்டு வந்து ஒரு வக்கீல் போல கேள்விகளை கேட்டுக் கொண்டிருக்கிறானே என்று நினைத்தபோது இவன் எந்த மாதிரி மனுசன்? என்பது போல் அவளுக்கு தோன்றியது.

"என்ன யோசனை?" என்று கேட்டவனின் குரல் கேட்டு தன்னிலைக்கு வந்தாள் மஹா.

"என்ன கேட்டீங்க?" என்றாள்

"என்ன யோசனைன்னு கேட்டேன்"

"ஒண்ணுமில்லை" என்று சொல்லிவிட்டு அவனை ஏற இறங்க பார்த்த மஹா, "ஆமா, என்னை எதுக்கு கூட்டிகிட்டு வந்தீங்க?" என்றாள்

"ஏன்?" என்று ஆச்சரியத்தோடு கேட்டான் அவன்.

"என்னை மாதிரி பொம்பளைய கூட்டிகிட்டு வந்து இப்படி பேசிகிட்டே இருக்கீங்களே, அதுதான் கேட்டேன்" என்று கேட்டுவிட்டு வெட்கத்தில் தலையை கவிழ்த்துக் கொண்டாள்.

"எவ்வளவு பணம் வாங்குவே?"

என்று அவன் கேட்டதும், அவனை விநோதமாக பார்த்தாள் மஹா.

"இப்போ அதை தெரிஞ்சிகிட்டு என்ன செய்யப்போறீங்க?"

"நானும் கொடுக்கணுமே, அதுக்குத்தான்" என்றான்

அவளிடம் பதிலில்லை.

''கூச்சப்படாம சொல்லு, நான் தப்பா நினைச்சுக்கமாட்டேன்'' என்றான்.

''அதெல்லாம் ஆளைப் பொறுத்து, நேரத்தை பொறுத்து'' என்றாள்.

''அப்படீன்னா?'' என்றான் புரியாமல்.

''அதை தெரிஞ்சு மட்டும் என்ன பண்ணப் போறீங்க?'' என்று கேட்டவள், ''இப்போ நான் ஒண்ணு கேட்கலாமா?'' என்றாள்.

''ம்ம்ம் ... தாராளமா'' என்றான்.

''நீங்க காலேஜீல படிக்கறீங்களா?'' என்றாள்.

''இல்லை'' என்பது போல தலையாட்டினான்.

''உங்களுக்கு கல்யாணம் ஆயிடுச்சா?'' என்றாள்

''இல்லை'' என்பது போல தலையாட்டினான்.

''பொம்பளைங்க கூட பழகறது புடிக்குமோ?'' என்றாள்.

அதற்கும் ''இல்லை'' என்பது போல் தலையாட்டினான்.

''என்னை கூட்டி வந்து வச்சிகிட்டு எதுவுமே செய்யாம, சும்மா பேசிகிட்டே இருக்கீங்களே?'' என்றாள்.

''உன்னை எனக்கு புடிச்சிருக்கு'' என்றான்.

''ஏன்?'' என்றாள் ஆச்சரியமாக.

''ஏனோ தெரியலை, உன்னை பார்த்ததும் உன்னோட பேசணும், உன்னை லவ் பண்ணனும் போல தோணிச்சி'' என்று சொல்லிவிட்டு முதன்முதலாக வெட்கப்பட்டான் அவன். அது அவனுக்கு அழகாகவே இருந்தது. அதை மஹாவும் ரசிக்கவே செய்தாள்.

''என்னை லவ் பண்றீங்களா?'' என்று கேட்டு தனது முகத்தை இரண்டு கைகளாலும் மூடிக்கொண்டு, வெட்கம் காட்டியவள், ''அதெல்லாம் சரி, என்னை எதுக்கு இங்க கூட்டி வந்தீங்க?'' என்றாள்.

''இந்த இடத்திற்கு பல முறை தனியா வந்து உட்கார்ந்திருக்கேன். அப்படி உட்காரும்போதெல்லாம், கூட ஒரு லவ்வர் இருந்தா நல்லா இருக்குமேன்னு தோணும். எனக்கு யாரும் லவ்வர் இல்லை. மனசுக்கு பிடிச்சவங்களோட இங்க வந்து உட்கார்ந்து பேசணும்ன்னு பல நாள் ஆசை. அதை இன்னிக்கு நீ வந்து நிறைவேத்திட்டே'' என்று சொன்னவனின் கண்களில் ஒரு நிறைவு தெரிந்தது.

''அப்போ உங்க ஆசை அவ்வளவுதானா?'' என்றாள் மஹா.

''ஆமாம்'' என்பது போல் தலையாட்டினான்.

''நான் வேண்டாமா?'' என்று ஆச்சரியமா கேட்டாள்.

''நீங்க வேணுங்கறதாலதானே கூட்டி வந்தேன்'' என்றான்.

''அப்புறம் ஏன் என்னை தொடலை?''.

''தொடுவதிலும், உடம்பிலும் மட்டுந்தான் சுகம் இருக்குன்னு யார் சொன்னா?'' என்றான்.

''எல்லோரும் அப்படித்தானே இருக்காங்க'' என்றாள் மஹா.

''நானும் அப்படித்தான் இருக்கணும்னு என்ன இருக்கு?'' என்ற அவன் கேள்விக்கு என்ன பதில் சொல்வதென்று அவளுக்கு தெரியாததால் அமைதியானாள்.

''பணத்துக்காக உடலை விக்கிறவங்களை நானும் பாத்திருக்கேன். அவங்களை பார்த்த உடனே தெரிஞ்சிடும். ஆனா நீ அப்படியில்லை. நான் அப்படி நினைச்சு உன்னை பார்க்கலை. அப்படி நினைச்சிட்டு உங்ககிட்ட வந்து பேசலை'' என்றான்.

''பின்னே?'' என்றாள் மஹா ஆச்சரியத்தோடு.

''நான் உண்மையிலேயே உன்னை இந்த பஸ்ஸில் பல முறை பார்த்திருக் கேன். உன்னை லவ் பண்ணினேன். உன்னை பத்தி என்னோட 'பிரண்ட்ஸ்ங்க கிட்ட கேட்டேன். அவங்க உன்னைப் பத்தி தப்பா சொன்னாங்க. ஆரம்பத்தில் நான் நம்பலை. ஆனா உன் பின்னாடி வந்து சோலைநகர் பஸ் ஸ்டாண்டில் பார்த்தபின் தான் நம்பினேன்'' என்று

சொல்லிவிட்டு நிறுத்தினான்.

அவன் சொல்லச்சொல்ல அவனையே ஆச்சரியமாக பார்த்துக் கொண்டிருந்தாள் மஹா.

''நீ அப்படித்தான்னு தெரிஞ்சும் என்னால உன்னை மறக்க முடியலை. அதனால தான் இன்னிக்கு உன்னிடம் வந்து பேசினேன்'' என்றான்.

''என்னை பிடிக்குமென்றால், என்னை எடுத்துக்க வேண்டியது தானே'' என்றாள்.

''இல்லை, உன்னை காதலியா பாத்த பின் காமத்தோட பார்க்க முடியலை'' என்று சொல்லிவிட்டு எழுந்துகொண்டவன், ''சரி கௌம்பலாம்'' என்றான்.

''என்னை உண்மையிலேயே காதலிச்சீங்களா?'' என்றாள் ஆச்சரியம் விலகாமலேயே.

''ஆமா, காதலிலே உண்மை காதல், பொய் காதலெல்லாம் இல்லை. காதல்னா காதல்தான்'' என்று சொல்லிக்கொண்டே வந்த வழியே நடக்க தொடங்கினான். மஹாவும் அவனை பின் தொடர்ந்தாள் ''இப்ப கூட உன்னை கல்யாணம் பண்ணிக்கறதுல எனக்கு எந்த பிரட்சனையும் இல்லை. ஆனா, அதனால பலருக்கும் சங்கடம் வரும். இன்னிக்கு ஒரு நாள் உன் கூட பழகியதே போதும்'' என்ற அவன் வார்த்தைகள் அவளை கலங்கச் செய்தது. இதற்கு அவள் என்ன சொல்ல முடியும? கண்கள் மட்டும் லேசாய் கலங்கியிருந்தது.

''இந்தா வச்சிக்கோ'' என்று ஆயிரம் ரூபாயை எடுத்து நீட்டினான் அவன்.

''எதுக்கு?'' என்றாள் மஹா

''என் கூட இவ்வளவு நேரம் செலவு செஞ்சதுக்கு'' என்றான்.

கலகலவென்று சிரித்துவிட்டாள் மஹா.

''ஏன் சிரிக்கற?'' என்றான்.

''ஒண்ணும் இல்லை. எனக்கு பணம் வேணாம்'' என்றாள்

''ஏன்?'' என்றான் ஆச்சரியமாக.

''..''

பதில் ஏதும் சொல்லாமல் பின் தொடர்ந்தாள் மஹா.

''ஏன் காசு கொடுத்தா வேணான்னு சொல்றே?'' என்று மீண்டும் கேட்டான் அவன்.

''காதலுக்கெல்லாம் காசு வாங்கறதில்லை'' என்ற மஹா வாய்விட்டு சிரித்தாள். அந்த சிரிப்பில் அவள் குழந்தையாக மாறிப்போயிருந்தாள்.

''...''

''இருவரும் கொஞ்ச நேரம் ஒருவருக்கொருவர் பேசிக்கொள்ளவேயில்லை.''

நடந்ததில் எங்கே இறங்கினார்களோ அதே பஸ் நிறுத்தம் வந்து விட்டிருந்தது. அதே பெட்டிக்கடையில் அதே தாத்தா உட்கார்ந்திருந்தார். கடையில் பொருட் களை வாங்க அப்போதும் யாரும் இருக்கவில்லை.

சோலைநகர் செல்லும் புறநகர் பேருந்து ஒன்று வந்து நின்றது.

''சரி நான் கெளம்பறேன்'' என்றாள் மஹா

''சரி'' என்பது போல தலையாட்டினான் அவன்.

பேருந்தின் படியில் கால் வைத்து ஏறப்போன மஹா ஒரு நிமிடம் நிதானித்து, ''உங்க பேரு என்ன?'' என்று கேட்டாள்.

''ஏன்?'' என்றான் அவன்.

''என்னை காதலிச்சவர் பேரை தெரிஞ்சுக்கக் கூடாதா?'' என்று சொல்லி விட்டு புன்னகைத்தாள் மகா

''தமிழரசன்'' என்றான்

''அழகு'' என்று சொல்லிவிட்டு பேருந்தில் ஏறியவள் கையசைத்தாள்.

அவனும் பதிலுக்கு கையசைத்தான்.

அவள் கண்ணிலிருந்து அவன் மறையும் வரை அவள் அவனையே பார்த்துக் கொண்டே இருந்தாள். எதையோ பிரிந்து செல்கிற கவலையும், எதையோ இழந்துவிட்ட சோகமும் அவளையும் அறியாமல் வந்து தொற்றிக் கொண்டு விட்டிருந்தது.

இதுவரை எத்தனையோ ஆண்களை பார்த்துவிட்ட மஹா, வாழ்க்கையில் முதன் முதலாக ஒரு புதிய மனிதனை சந்தித்த சந்தோஷம் மனதை நிறைப்பதற்குள் அவனை பிரிந்து செல்லும் சோகத்தை சுமந்தபடி பயணித்துக் கொண்டிருந்தாள்.

ஜவ்வு மிட்டாய்

வேலை நிமித்தமாக ஊரை விட்டு வெளியேறி பல ஊர்களிலும் சுற்றித் திரிந்த பிறகு சென்னை அலுவலகத்தில் நிரந்தரமாக உட்கார்ந்துவிட்ட பின் சென்னைவாசியாகவே ஆகிப்போனேன் நான்.

சென்னையில் வந்து குடியேறிவிட்ட பின் பிற ஊர்களை ஏனோ மனம் ஏற்க மறுக்கிறது. ஒரு நாள் இரண்டு நாள் அலுவல் ரீதியாக பெங்களூரு, ஹைதராபாத், டெல்லி என்று செல்ல நேர்ந்தாலும் எப்போது சென்னை மண்ணில் கால் வைப்போமோ என்று தான் மனம் ஏங்கும்.

இது எனக்கு மட்டுமான உணர்வா இல்லை சென்னையில் குடியேறி வாழ்ந்து பழகிவிட்ட அனைவருக்குமான உணர்வா என்று தெரியவில்லை.

"என்னங்க, டிக்கட்டை முன்னமே போட்டு வச்சிடுங்க. அப்புறம் போன வருசம் வண்டி கிடைக்காம கஷ்டப்பட்டோமே, அது மாதிரி கஷ்டப் படுத்திடாதீங்க" என்று மூன்று மாதங்களுக்கு முன்னமே எனது மனைவி வசந்தி எச்சரித்திருந்தாள். அதனாலேயே பொங்கல் பண்டிகைக்கு ஊருக்கு சென்று வருவதற்காக முன்கூட்டியே முன் பதிவு செய்து வைத்திருந்தேன்.

"ஒரு வாரத்துக்கு வரமாட்டோம் மாமி, கொஞ்சம் வீட்டை பார்த்துக்கோங்க. எதுனா போன் பண்ணுங்க" என்று பக்கத்து வீட்டு மாமியிடம் சொல்லிக்கொண்டிருந்தாள் வசந்தி.

"அட்வான்ஸ் ஹேப்பி பொங்கல்" என்று என் மகன் கார்த்திக் அவனுடைய தோழன் எதிர் வீட்டு தினேஷிடம் சொல்லிக்கொண்டிருந்தான். இவர்கள் வீடியோ கேம் சேர்ந்து

விளையாடும் நண்பர்கள். கிராமங்களில் இருந்தது போன்று நொண்டி, கபடி, கில்லிதாண்டல், பம்பரம், கோலி போன்ற விளையாட்டுகள் என்னவென்றே தெரியாத தலைமுறை பசங்க இவர்கள்.

எனக்குத்தான் ஊருக்கு கிளம்புற அவசரத்திலும் பதட்டத்திலும் யாருக்கும் எதுவும் சொல்ல தோணலை. ''வீட்டை பூட்டிவிட்டோமா? எல்லா ஸ்விட்ஸையும் ஆஃப் செய்துவிட்டோமா? பின் வாசல் கதவை அடைத்து விட்டோமா? 'பிரிட்ஜை அணைத்து வைத்து விட்டோமா?'' என்று தான் மனம் யோசித்துக்கொண்டிருந்ததே தவிர வேறு எண்ணமில்லை.

''இந்தாங்க இந்த சூட்கேஸை நீங்க தூக்கிக்கோங்க'' என்று என் மனைவி வலிந்து என் கையில் அந்த பெரிய சூட்கேஸை திணித்த பினனர்தான் நான் சுதாரிப்புக்கே வந்தேன்.

அடேங்கப்பா, இது என்ன ரயில் நிலையமா இல்லை பொருட்காட்சி அரங்கமா? என்று ஆச்சரியப்படும் அளவிற்கு எங்கு பார்த்தாலும் மனித முகங்கள்.

கருப்பு, மாநிறம், வெளுப்பு என்று மனிதர்களின் வண்ணங்களில் தான் பேதமிருந்ததே தவிர வண்டியை பிடித்துவிட வேண்டும் என்கிற அவர்களது எண்ணங்களில் பேதமில்லை!

எல்லா முகங்களிலும் வண்டியை தவற விட்டுவிடக்கூடாது என்கிற தவிப்பு, பதட்டம், பரபரப்பு.

''டேய் ஓரமா போகாதே, அப்பா கையை பிடிச்சுக்கோ'' என்று கைகுழந்தையை மார்பில் சேர்த்து அணைத்தபடி நடந்துகொண்டிருந்த ஒரு பெண்மணி கூட நடந்து செல்லும் அவளது இன்னொரு பையனை அதட்டியபடி எனக்கு முன்னே நடந்து கொண்டிருந்தாள்.

தூக்க முடியாத அளவிலான அந்த பெரிய சூட்கேஸை நான் தூக்கிக் கொண்டு நடக்க, ஆளுக்கொரு தோள் பையை சுமந்தபடி வசந்தியும், கார்த்திக்கும் என் பின்னே வந்து கொண்டிருந்தனர்.

அடுத்த ரயிலை பிடிக்க காத்திருந்த ராணுவ வீரர்கள், வட இந்திய குடும்பங்கள், கூலிகள் என நடை மேடை எங்கும் பார்த்தறிந்திடாத புதிய முகங்களாக இருந்தன.

''பீம்.... பீம்....'' என்று உறக்க கத்தி, ''புறப்பட தயாராகிவிட்டேன்'' என்று அறிவிப்பு செய்தது ஒரு ரயில் வண்டி.

சூட்கேஸை வண்டியில் ஏற்றி, எனது இருக்கைக்கு அடியிலே வைத்து ''உஷ் அப்பாடா'' என்று இருக்கையில் அமர்ந்த பின்பு தான் எனது மூளையே வேலை செய்ய ஆரம்பித்தது.

வாழ்க்கையே ஒரு நெடிய பயணம் தான். அந்த வாழ்க்கையில் ஒவ்வொரு மனிதனும் மேற்கொள்ளும் பயணங்கள் யாவும் ஒவ்வொரு விதத்திலும் ஒரு அனுபவம்தான்.

''ஒங்களோடது லோயர் பெர்த்தா?'' என்று கேட்டார் கண்ணாடி அணிந்த வயதான பெண்மணி. பழுத்த முகமாக இருந்தாலும் நெற்றியில் இருந்த குங்குமப்பொட்டு பிரகாசமாக இருந்தது.

''ஆமா, செவன்டீன், டிவெண்ட்டி இந்த ரெண்டு லோயர் பெர்த்தும் எங்களுக்குத்தான்'' என்றேன் பெருமிதத்தோடு.

''எனக்கு லோயர் பெர்த்தை கொடுத்திட்டு நீங்க அப்பர் எடுத்துக்கிறீங்களா?'' என்று பாவமாக கெஞ்சினார் அந்த பெண்மணி.

கைக்கு எட்டியது வாயிக்கு எட்டாமல் போனதே என்கிற வருத்தம் மனதில் இருந்தாலும் ஒரு வயதான பெண்மணிக்கு உதவிய மன திருப்தியில் அப்பர் பெர்த்திற்கு ஏதோ ஒரு அட்வென்சரர் போல தாவித்தாவி ஏறி படுத்துக்கொண்டேன். ரயிலின் ஓட்டம் தாலாட்டவே அந்த தாலாட்டில் உறங்கியும் போனேன். பயணச் சீட்டை பரிசோதிக்க வந்த பரிசோதகர் எனது தூக்கத்தை கலைத்தபின் வந்த தூக்கம் ஏனோ, தொலை துரம் ஓடிப்போனது. அதற்கு பிறகு எனது எண்ணங்கள் யாவும் ஊரை சுற்றியே வட்டமிட்டுக்கொண்டிருந்தது.

ஊரில் வந்து இறங்கிய போது, கிழக்கே மெல்லியதாக வெளுக்கத் தொடங்கியிருந்தது. காலை வேலையில் தோட்ட வேலைகளுக்கு செல்பவர் களைத் தவிர வேறு மனித முகங்கள் தென்படவில்லை.

மெயின் ரோட்டிலிருந்து ஊருக்குள் செல்ல ஒரு வண்டிப்பாதை உண்டு. அதில் பெரும்பாலும் வண்டி மாடுகள் தான் செல்லும். கார், வேன்

போவதற்கு தோதான பாதையில்லை என்பதால் எல்லோரும் ஒரு மைல் தூரம் நடந்தே தான் ஊருக்குள் செல்ல வேண்டும். அல்லது மாட்டு வண்டியின் உதவியை நாட வேண்டும்.

ஊருக்குள் செல்லும் வரை இந்த சூட்கேஸை சுமக்க வேண்டுமே என்று மலைத்துப் போய் நின்றிருந்த வேளையில், வேலு மாட்டு வண்டியை ஓட்டிக்கொண்டு வந்துகொண்டிருந்தான். வண்டியை நிறுத்தியபடியே, ''மச்சான், நீ எப்ப வந்தே?'' என்றான் பாசத்தோடு.

''இப்போ தான் வந்து எறங்குனேன். நீ சௌக்கியமா இருக்கியா?'' என்றேன்.

''சவுக்கியத்துக்கு என்ன கொறச்சல்? எல்லாம் நல்லா இருக்கோம். சூட்கேஸை தூக்கி வண்டியில் போட்டுட்டு ஏறி உட்காருங்க. வூட்டுல கொண்டு போய் எறக்கி வுட்டுறேன்'' என்று சொல்லியபடி மூக்கணாங் கயிற்றை இழுத்துப் பிடித்து ஏறிக்கொள்வதற்கு தோதாக வண்டியை நிலை நிறுத்தினான் வேலு.

நாங்கள் ஏறிக்கொண்டதும் ''ப்பபா ப்ப்பா ..., ஹே'' என்று வண்டியை விரட்டியவன் மாட்டின் முதுகில் தார் குச்சியை வைத்து ஒரு வீச்சு வீசினான்.

''ஊருல மழை மாரியெல்லாம் பரவாயில்லையா? வெள்ளாமையெல்லாம் எப்படி?'' அக்கறையாக கேட்டேன்.

''அத ஏன் கேக்குற மச்சான்? மழை மாரிங்கறது நாம் வச்ச ஆளா என்ன? வான்னா வாரதுக்கும், போனா போறதுக்கும். எல்லாம் ஏதோ வயித்த கழுவிக்கறதுக்கு அளவா வெளையுது. வாழ்க்கையும் அப்படியே ஓடிகிட்டு இருக்கு. ஏதோ, இந்த வண்டி மாடு இருக்கறதாலே கையை ஊண்டி கரணம் போட்டுகிட்டு இருக்கேன்'' என்றான்.

''இவன் நல்லா இருக்கேன்னு சொல்றானா? இல்லை நல்லா இல்லைன்னு சொல்றானா?'' என்ற குழப்பம் நீங்காமலேயே அடுத்த கேள்விக்கு தாவினேன்.

''பசங்க புள்ளையெல்லாம் படிக்க வைக்கிறியா மாப்ளே?'

''ம்ம்ம்..... போகுதுங்க. மூத்தவன் எட்டாப்பு படிக்கிறான். சின்னப் புள்ளை அஞ்சாப்பு படிக்குது. வெவரமா படிச்சா பொழச்சிக்கிடுங்க. இல்லைன்னா என்னாட்டம் காட்டிலேயும் மேட்டிலேயும் கெடந்து லோல் பட வேண்டியதுதான்'' என்று சொல்லிவிட்டு லேசாக சிரித்துக் கொண்டான் வேலு.

நாங்கள் என்ன பேசிக்கொள்கிறோம் என்பது புரியாதது போல மூஞ்சியை விநோதமாக வைத்துக்கொண்டு உட்கார்ந்திருந்தனர் என் மனைவியும் மகனும்.

''ஹே.... ஹே, அட நடக்குதா பாரு குருட்டுக் கழுதை'' என்று திட்டியபடி இடது புறமாக பூட்டியிருந்த காளைக்கு சாட்டையால் ஒரு அடி கொடுத்தான் வேலு.

''இவன் கிட்டே ஏன் பொல்லாப்பு?'' என்று நினைத்துக் கொண்டனவோ என்னவோ மாடுகள், அடி வாங்கிக்கொண்டு வேகம் பிடித்து, நடைக்கும் சேராத ஓட்டத்திற்கும் சேராத ஒரு வித வேகத்தில் வண்டியை இழுத்துக் கொண்டு சென்றன.

செல்லும் வழி யாவும் கரிசல்காடு பாளம் பாளமாய் வெடித்து வறட்சியின் தீவிரத்தை பறைசாற்றிக்கொண்டிருந்தது.

ஊருக்குள் நுழையும் இடத்திலேயே வரவேற்று நிற்பது போல் நின்றது நான் படித்த எங்கள் ஊரின் ஊராட்சி ஒன்றிய நடுநிலைப் பள்ளி.

ஏனோ அந்த பள்ளிக்கூடத்தை எப்போது பார்த்தாலும் என் உடம்பு புல்லரித்து போய் விடும். இன்று நானும் ஒரு மனிதனாய் இந்த உலகத்தில் கௌரவமாக நடைபோட, அந்த பள்ளியும் ஒரு காரணம் என்பதால் ஏற்படும் புல்லரிப்போ என்னவோ தெரியவில்லை. எப்போது ஊருக்கு வந்தாலும் அந்த பள்ளிக்கூட கட்டடம் என்னுள் ஏதோ ஒரு உணர்வை கொட்டிவிட்டுச் செல்லும்.

அந்த பள்ளிக்கூட கட்டடத்தை ஒட்டியே ஒரு சிறிய வீடு. அது இப்போது ஆள் அரவமற்று பாழடைந்து கிடந்தது.

அந்த சிறிய வீட்டில் தான் ஒரு காலத்தில் ஜவ்வுமிட்டாய்க்காரர்

வாழ்ந்து கொண்டிருந்தார்.

''மிட்டாய்...., ஜவ்வு மிட்டாய், டீலக்ஸ் மிட்டாய்....'' என்ற அவரின் கணீர் குரலும், இடையே ''பீ.... பீ....'' என்று பீப்பியை வாயில் வைத்து ஊதி, மாணவர்களின் கவனத்தை ஈர்க்கும் அந்த லாவகத்தையும் எளிதாக மறந்துவிட முடியுமா?.

''அண்ணே, என்கொரு ஜவ்வு மிட்டாய்''

''நாலணா வச்சிருக்கியா?''

''இருக்குண்ணே ''

காசை காட்டினால்தான் மிட்டாய் மீது கை வைப்பார் ஜவ்வுமிட்டாய்க்காரர்.

ஒரு பெரிய மூங்கில் கழியின் உச்சியில் பஞ்சுமிட்டாயை தலைப்பாகை போல் சுற்றி வைத்து, அதன் மேல் தூசி படியாமல் இருக்க ஒரு பெரிய பாலிதீன் கவரால் சுற்றி மிட்டாயை பாதுகாப்பாக வைத்திருப்பார். அதற்கும் மேலே ஒரு பொம்மை நிற்கும். இடது காலின் பெருவிரலில் மூங்கில் கழியின் கீழ் முனையில் தொங்கும் கயிற்றை மெட்டி இழுத்தால் பொம்மையின் கையில் மாட்டியிருக்கும் இரண்டு வட்ட வடிவ பித்தலை தட்டுக்கள் ஒன்றோடு ஒன்று மோதி ''சலக் கலக்'' என்று ஒலி எழுப்பும். அதை சுற்றி நிற்கும் குழந்தைகள் ஏதோ காணாததை கண்டதைப் போல் பார்த்து சந்தோஷத்தில் திளைத்துப் போவார்கள்.

கிழங்கு, கூழ்மாங்கா, குச்சி ஐஸ், கரும்பு என்று எத்தனையோ தின் பண்டங்கள் பள்ளிக்கு வெளியே விற்றாலும் ஜவ்வு மிட்டாய் மீதுதான் எல்லோருக்கும் தீராத காதல்.

''அண்ணே, எனக்கொரு வாட்ஜ்'' என்றவுடன், ஜவ்வு மிட்டாயை லாவகமாக இழுத்து வளைத்து, மடித்து, திருகி, பிய்த்து ஒட்டவைத்து ஒரு அழகிய வண்ண கை கடிகாரத்தை ஜவ்வு மிட்டாயிலேயே செய்து கையில் கட்டி விடுவார் ஜவ்வுமிட்டாய்க்காரர். இலவச இணைப்பாக ஒரு மோதிரம் வேறு.

பெண் பிள்ளைகளுக்கு கை கடிகாரம் தருவார். அது வேண்டாமென்றால் நெத்திச்சுட்டி செய்து கொடுப்பார். நாலணா செலவில் விலை உயர்ந்த ஆசைகளை எல்லாம் பூர்த்தி செய்து வைத்தவர் அந்த ஜவ்வுமிட்டாய்காரர்.

காசே இல்லாது சும்மா நின்று வேடிக்கை பார்க்கும் சிறுவர்களுக்கு சின்னதாய் சொஞ்சம் மிட்டாயை கிள்ளி எடுத்து அந்த சிறுவர்களின் கன்னத்தில் ஒட்டிவிட்டு, அவர்களையும் சந்தோஷப்படுத்துவார்.

இப்படியாக பள்ளி நேரத்தில் மட்டும் பார்த்துக்கொண்டிருந்த ஜவ்வு மிட்டாய்க்காரரையும், அவரது குடும்பத்தையும் நெருங்கிப் பார்க்கும் படி செய்தது எனது வகுப்புத் தோழன் முருகன் தான்.

பள்ளி முடிந்து பிள்ளைகள் எல்லோரும் வீட்டிற்கு சென்ற பின்னால், மாலை வேலையில் பள்ளிக்கு என்னை விளையாட அழைத்துச் சென்றான் முருகன்.

அப்படிச் சென்ற போதுதான் தெரிந்தது, பகல் பொழுதை விட மாலை வேளையில் தான் பள்ளியின் விளையாட்டு மைதானத்தில் எங்கள் வயதொத்த மாணவர்கள் நிறையப் பேர் விளையாடிக் கொண்டிருக் கிறார்கள் என்கிற விசயம்.

''டேய் இங்க பந்தை போடுடா''

''விடாத விடாத ஓடு''

என்று, அன்று அவரவர் விளையாட்டுக்களில் பள்ளிமுடிந்து வீட்டிற்கு செல்லாத மாணவர்கள் மும்முரமாய் ஈடுபட்டுக் கொண்டிருந்தனர்.

என்னை கபடி விளையாட்டில் சேர்த்துக் கொண்டான் முருகன். அது தான் எப்போதும் எங்களுக்கான விளையாட்டாய் இருந்தது. அது ஒன்றுக்குத் தான் பந்தோ, மட்டையோ, குறுக்கே கட்டும் வலையோ அவசியமில்லை. வெறும் கையையும், காலையும் நம்பி விளையாடும் விளையாட்டு என்பதால் என் போன்றோரும் எளிதாக சேர்த்துக் கொள்ளப்பட்டனர்.

''கபடி கபடி, கபடி கபடி.......'' என்று பாடிக்கொண்டே சென்றுவிட்டு நடுக்கோட்டை காலால் மிதித்துவிட்டு ஓடி வந்துவிட்டேன்.

உண்மையைச் சொல்ல வேண்டுமானால் எனக்கு ரைடு போகவும் தெரியாது. கேட்ச் பிடிக்கவும் தெரியாது. இருந்தாலும் அன்றைக்கு நானும் ஒரு கபடி வீரன்தான்!

பொழுது சாய்ந்து இருட்டத்தொடங்கியதும் மாணவர்கள் அவரவர் வீடுகளுக்கு திரும்பி விட்டார்கள்.

முருகன் என்னை வீட்டிற்குச் செல்ல விடாமல் ஜவ்வு மிட்டாய்க்காரர் வீட்டிற்கு அழைத்துச் சென்றான்.

''யாரது?'' வீட்டிற்குள் இருந்தவாறே குரல் கொடுத்தார் மிட்டாய்க்காரர்.

''நான் தாண்ணே முருகன்''

''ஓஹோ, நீயா? உள்ளே வா''

வீட்டிற்கு வெளியேயும் இருட்டுக் கட்டியிருந்தது. உள்ளேயும் இருட்டாய்த் தான் இருந்தது. அடுப்பு எரியுமிடத்தில் மட்டும் வெளிச்சம் மங்கலாய் அறைக்கு ஒளியூட்டிக்கொண்டிருந்தது.

அடுப்புக்கு முன்னால் குத்த வைத்து உட்கார்ந்துகொண்டு சமையல் செய்து கொண்டிருந்தார் ஜவ்வுமிட்டாய்க்காரர்.

அடுப்பில் எரிந்த தீயின் ஒளியில் மங்கலாக தெரிந்தது ஜவ்வுமிட்டாய்க் காரர் முகம். அவர் அருகில் தங்கமாய் மினுமினுத்துக்கொண்டிருந்தாள் மிட்டாய்க்காரரின் மகள். அவருக்கு அப்படி ஒரு பெண் இருப்பதை அன்று தான் முதன் முதலாய் பார்த்தேன்.

''என்னாண்ணே அடுப்பு வேலையா?''

உள்ளே நுழைந்தும் நுழையாததுமாக கேட்டான் முருகன்.

''ஆமா தம்பி, வாங்க வாங்க உட்காருங்க'' என்றவர் உடன் நான் வருவதை உற்றுப்பார்த்துவிட்டு,

"இது யாரு?" என்றார்.

"இது என் சேக்கையாளு சுந்தரேசன்" என்று அறிமுகப்படுத்தினான் முருகன்.

"ஓஹோ ..." என்றவரின் குரல் மொழியிலிருந்து என்னை அவருக்கு தெரிய வில்லை என்பதும், இவனை எதுக்கு கூட்டி வந்தான் என்ற தயக்கமும் இருப்பது தெரிந்தது.

நாங்கள் வீட்டிற்குள் நுழைந்ததும், எழுந்து சென்று ஒரு மூலையில் முடங்கிக்கொண்டாள் அந்த சிறுமி.

முருகன் ஏதோதோ கேட்டான். ஜவ்வுமிட்டாய்க்காரரும் ஏதேதோ சொல்லிக் கொண்டிருந்தார்.

நான் அந்த இடத்திற்கு புதிது என்பதால் அவர்கள் பேசுவதை கவனித்துக் கொண்டு அந்த அரை இருட்டு வீட்டில் அமைதியாக உட்கார்ந்திருந்தேன். என்னைப் போலவே இன்னொரு ஜீவனும் அமைதியாக இருந்தது. அவளை இருட்டில் என் கண்கள் தேடின. அவள் தன்னை புதைத்துக் கொண்டு வெளியே தெரியாமல் மறைந்திருந்தாள்.

முருகனோ அந்த இடத்தை விட்டு அவ்வளவு சீக்கிரம் நகர்வதாகத் தெரியவில்லை.

எனக்கோ அந்த முகத்தை மீண்டும் பார்க்க வேண்டும் என்ற ஆவல். ஆனால் இருட்டில் ஒன்றும் புலப்படவில்லை.

மனதுக்கு ஆறுதலாக இருந்த ஒரே விசயம், வெல்லம் போட்டு பாகு காய்ச்சி ஜவ்வுமிட்டாய் செய்ததால் எழுந்த வாசம் அந்த வீடு முழுவதும் நிறைந்திருந்தது. அது எனது மனதையும் சேர்த்து நிறைத்துவிட்டிருந்தது.

நீண்ட நேர உரையாடலுக்கு பின்னர்தான் முருகன் விடைபெற்றுக் கொண்டு கிளம்பினான்.

"சரிண்ணே, நேரமாச்சு. காலையில பள்ளிக்கூடத்துல பாக்கலாம்" என்று சொல்லிவிட்டு எழுந்தான்.

வீட்டை விட்டு இருவரும் வெளியே வந்தோம்.

வீட்டிற்கு முன் அந்த இடமே கருகும்மென்று இருளடித்துக் கிடந்தது.

ஜவ்வு மிட்டாய்காரரின் வீட்டிற்கு முன் இரண்டு தட்டுக்களில் ஜவ்வு மிட்டாயை காய்ச்சி ஊற்றி வைத்திருந்திருக்கிறார். அதை நான் வீட்டிற்கு உள்ளே செல்லும் போது கவனிக்கவில்லை. முருகன் என்னை சீண்டி, ஜவ்வு மிட்டாய் இருந்த இடத்தை ஜாடையாய் காட்டியபோதுதான் பார்த்தேன்.

சட்டென்று பாய்ந்து ஒரு கைநிறைய இதமான சூட்டிலிருந்த ஜவ்வு மிட்டாயை வாரி எடுத்து என்னிடம் கொடுத்தவன், அவனுக்கென்று தனியே ஜவ்வுமிட்டாயை அள்ளிக்கொண்டான். பசி ஏறியிருந்த அந்த முன்னிரவு நேரத்தில் அது எனக்கு தவறென பட்டாலும் தவிர்க்க முடியாத தாயும் பட்டதால், நானும் அவனோடு அந்த திருட்டிற்கு உடன் பட்டேன்.

''டேய் மிட்டாய்காரர் கண்டு பிடிச்சிட மாட்டாரா?'' என்று முருகனிடம் தணிந்த குரலில் கேட்டேன்.

''பேசாம வாடா, அந்த ஆளுக்கு கண்ணு தெரியாது'' என்று சொல்லி விட்டு சாதாரணமாக நடந்தான் முருகன்.

அதற்கடுத்து பல நாட்கள் ஜவ்வு மிட்டாய்காரர் வீட்டிற்கு பொழுது சாயும் வேளையில் என்னை அழைத்துச் சென்றிருக்கிறான் முருகன்.

நானும் ஆவலோடு செல்வேன். ஜவ்வுமிட்டாய்க்காக அல்ல, அந்த தங்க முகத்தை தரிசனம் செய்ய.

அந்த முகம் ஒரு மூலையிலிருந்து எங்களை தலையை குனிந்த படியே பார்த்துக்கொண்டேதானிருக்கும். அவள் பேசி நான் கேட்டதேயில்லை.

காதல் செய்யமுடியாத வயது. இருந்தும் அவள் மேல் எனக்கொரு காதல் இருந்தது. ஆரம்பத்தில் என்னை பயத்தோடு பார்த்தவள், நாட்கள் செல்ல செல்ல நட்போடு பார்த்து புன்னகைத்தாள்.

இப்போதெல்லாம் அந்த பாழடைந்த வீட்டை பார்க்கும் போது அந்த வீட்டிற்குள் இருந்து அந்த தங்க முக தேவதை வெளிப்படமாட்டாளா? தன்னை பார்த்து புன்னகைக்க மாட்டாளா? என்று மனது ஏங்கும்.

ஆனால் அந்த மனிதர் இன்னுமா உயிரோடு இருக்கப் போகிறார்? அந்த பெண் இங்கே ஏன் வரப்போகிறாள்? என்று நினைக்கும் போது ஏமாற்றமாக இருக்கும்.

மிட்டாய்க்காரருக்கும் முருகனுக்குமான நெருக்கம் அதிகம். அவனிடம் வீட்டு வாடகைக்கு கடன் பெற்றுத்தர கேட்டிருக்கிறார் மிட்டாய்க்காரர். அவனும் அவனது வீட்டில் ஏதேதோ சொல்லி பணம் பெற்றுக் கொடுத்திருக்கிறான். அப்போதைக்கு அந்த பணம் வெறும் ஐம்பதோ நூறோதான். திரும்ப திரும்ப கேட்டும் பணம் திரும்ப வராததால், முருகனின் வீட்டார் மிட்டாய்க்காரர் வீடு புகுந்து பொருட்களை யெல்லாம் வெளியே அள்ளிப்போட்டு பெரிய கலாட்டா செய்து விட்டனர்.

பாவம், நடப்பது ஏதும் தெரியாமல் திருதிருவென்று விழித்துக் கொண்டிருந்தாள் அந்த தாயில்லாத சிறுமி. நான் எந்த வகையிலாவது உதவுவேன் என்று நம்பி என்னை பார்த்தாளோ என்னவோ, அப்படி ஒரு பார்வை அது. அவள் மீது காதல் இருந்தாலும் காப்பாற்றும் வழியற்று தூரத்திலிருந்து வேடிக்கை மட்டும் பார்த்துக்கொண்டிருந்தேன்.

ஏதும் செய்ய இயலவில்லை என்கிற குற்ற உணர்வு எனக்குள் இருந்து கொண்டேதான் இருந்தது. அதற்கு பின் எத்தனையோ ஜவ்வுமிட்டாய்க் காரர்களை பார்த்திருக்கிறேன். அவர்கள் கையிலிருக்கும் பொம்மைகள் கைதட்டும்போதெல்லாம், என்னை பார்த்தும், என்னுடைய இயலாமை கண்டும் கைகொட்டி சிரிப்பது போலவே தோன்றும்.

இப்போது அவளை எங்காவது பார்த்துவிட மாட்டோமா? அன்று அவளுக்கு செய்ய முடியாத உதவியை இன்று எந்த வகையிலேனும் செய்து அந்த குற்ற உணர்விலிருந்து தப்பிவிட மாட்டோமா என்று மனது கிடந்து தவிப்பதை எப்போதும் யாரிடமும் வெளிக்காட்டிக்கொண்டதில்லை.

''என்ன மச்சான் எதுவும் யோசனையா? பேச்சையும் காணோம் மூச்சையும் காணோம்'' என்று வேலு கேட்ட போது தான் நினைவு திரும்பியது.

''ஒண்ணுமில்லை மாப்ளே. ஊரை பாத்ததும் பழைய ஞாபகம் வந்திடுச்சி'' என்று சொல்லி சமாளித்துவிட்டேன்.

வண்டியை வீட்டு முன்னால் நிறுத்திவிட்டான் வேலு.

ஜவ்வுமிட்டாய்க்காரரையும், அவரது மகளையும் நினைத்துக் கொண்டிருந்ததால் ஒரு இனம் புரியாத சோகம் என்னையும் அறியாமல் வந்து தொற்றிக்கொண்டிருந்தது.

''வாப்பா வா இப்பத்தான் வாரீகளா?'' என்று வரவேற்ற அம்மா, ''என்னப்பா மூஞ்சி வாடிப்போயிருக்குது?'' என்று கேட்டாள்.

ஜவ்வுமிட்டாய்காரரின் மகள் ஞாபகம் என்று எப்படி சொல்ல முடியும்? சின்ன வயதில் விளையாட்டுத் தனமாய் நடந்ததெல்லாம் இன்றும் ஏனோ மனதை குடைந்துகொண்டிருக்கிறது.

எப்போதோ தொலைத்து விட்ட சின்னச் சின்ன உறவுகளையும், அரும்பியும் அரும்பாத காதலையும் எத்தனை வயதானாலும் மனம் நினைத்து நினைத்து ஏங்கிக்கொண்டேதானிருக்கிறது. இன்று கிராமத்து விளையாட்டு கள் அழிந்து போய் குழந்தைகளை வீட்டிற்குள்ளேயே அடைத்து போய்விட்டதைப் போல் ஜவ்வு மிட்டாயும் எங்கோ தடம் தெரியாமல் தொலைந்து போய்விட்டது என்று நினைத்த போது மனது ஏனோ லேசாக வலித்தது.

திருடி சாப்பிட்ட ஜவ்வுமிட்டாய் அன்று இனித்தது. ஆனால், அது பற்றிய நினைப்பு வரும்போதெல்லாம், இழந்துவிட்ட நிறைய விசயங்களை எண்ணி மனது கசந்து போகிறது. இந்த பொங்களுக்காவது கோயில் திருவிழாவுக்கு அந்த ஜவ்வுமிட்டாய்காரர் வந்திருக்கமாட்டாரா என்ற ஏக்கத்துடனேயே வீட்டிற்குள் காலடி எடுத்து வைத்தேன்.

பெத்த வயிறு

ஒரு ஆள் சுமக்க முடியாத விறகுச்சுமையை கூட ஆண்களுக்கு போட்டியாக சுமந்து கொண்டு வந்தவள்தான் பேச்சியம்மா. அன்றைக்கெல்லாம் காடு கரையிலிருந்து மரங்களை வெட்டி கொண்டு வந்து விறகு கடையில் வித்துத்தான் கஞ்சி குடிக்க வேண்டியிருந்தது.

ஆடிக்காத்து அம்மியையே புரட்டிப்போட்டு விடும்படி வீசிக்கொண்டிருக் கையில், தலை நிறைய விறகுச்சுமையுடன் அடிக்கிற காற்றையும் தன்னோடு இழுத்துக்கொண்டு நடந்த நடைகள் கொஞ்சமா நஞ்சமா?

ஏதோ வானம் மனசு வச்சு மழை துளி விழுந்தால் விவசாய வேலைகள் தலைகாட்டும். முதல் ஆளாய் கொத்தை தூக்கி தோளில் மாட்டியபடி களைவெட்டு, களைபறிப்பு என்று கிளம்பி விடுவாள் பேச்சி. நினைவு தெரிஞ்ச நாள் முதல் அவள் ஓய்வு கொண்டதாய் அவளுக்கு ஞாபகம் இல்லை.

இதோ, இப்போது மரணப்படுக்கையில் தன்னிலை மறந்து படுத்துக் கிடக்கிறாள் பேச்சியம்மாள். திடீரென்று ஏற்பட்ட வயிற்றுவலி, இடை விடாத ரத்தப்போக்கு, கிராமத்தில பொறந்துட்டு உடனே ஆஸ்பத்திரிக்கு போகணும்னா நடக்கற காரியமா? நாட்டு வைத்தியத்துக்கு கட்டுப் படாததாலே பெரியாஸ்பத்திரிக்கு தூக்கிட்டு போனப்பத்தான் விபரீதம் தெரியவந்தது.

கர்ப்பப்பை புற்று நோயாம். "ரொம்ப முத்திப்போச்சு. இனி நாங்க செய்யறதுக்கு ஒண்ணுமில்லை. வீட்டுக்கே தூக்கிகிட்டு போயிடுங்க" என்று பெரியாஸ்பத்திரியில் சொல்லிவிட்டார்கள்.

தனக்கான உடல் உபாதைகளை எப்போதும் பெரிதுபடுத்தி ஆர்ப்பாட்டம் செய்தவளல்ல பேச்சி. காடு மேடெல்லாம் அலைந்து திரிந்துவிட்டு வருபவளுக்கு தலை கிறுகிறுத்து விண்விண் என்று வலி துளைத் தெடுக்கையில் கூட அமிர்தாஞ்சனன் தயிலத்தை எடுத்து கொஞ்சமாய் நெற்றிப் பொட்டில் தேய்த்துக் கொண்டு அடுத்த வேலையை பார்க்க கிளம்பி விடுவாள். அது தான் அவள் செய்து கொள்ளும் அதிகபட்ச வைத்தியம்.

காய்ச்சல், சளி, இருமல் எது வந்தாலும் அவளுக்கு தெரிந்த பாட்டி வைத்தியம், இரண்டு கொழுந்து வெற்றிலையை எடுத்து அதில் நாலைந்து மிளகை வைத்து மென்று விழுங்கி விடுவதுதான். அதற்கு மேலும் காய்ச்சல், சளி தொடர்ந்தால் அது அதன் பாடு. பேச்சி பெரிதாய் அலட்டிக் கொண்டதில்லை. எப்பவும் போல கஞ்சியை கலையத்தில் ஊற்றிக் கொண்டு காட்டு வேலைக்கு கிளம்பி விடுவாள்.

அவளது கட்டுப்பாட்டையும் மீறிப்போனது இந்த பாழாய் போன வயிற்று வலிதான். அடி வயிற்றில் தீப்பற்றி எரிவது போல அப்படி ஒரு வலி. அது போலவே நிற்காத உதிரப்போக்கு.

"அடி அறிவு கெட்டவளே, வெலக்கெண்ணெய்யை அடி வயித்துல வச்சி தேய்ச்சிட்டு படுத்து தூங்கு. சூடு தணிஞ்சா சரியா போகும்" என்று முத்தம்மா கிழவி சொன்னதையும் செய்து பார்க்காமல் இல்லை. அதற்கும் மசிய வில்லை அந்த வயிற்று வலி.

ஆஸ்பத்திரியிலிருந்து வீட்டுக்கு வந்து நாலு நாளாச்சு. ரத்தப் போக்கு நின்றபாடில்லை. இடுப்புக்கு கீழே துணியெல்லாம் ரத்தத்திட்டுகளாய் உறைந்து போனதால் அதை கலைந்துவிட்டு ஒரே ஒரு போர்வையைக் கொண்டு உடல் முழுதையும் மூடி வைத்திருந்தார்கள். பேச்சியம்மாவைச் சுற்றிலும் ரத்த வாடைக்கு வந்த ஈக்கள் கூட்டம் மொய் மொய் என்று மொய்க்க, அந்த இடமே பார்க்க அருவருப்பாய் இருந்தது.

சொந்தமென்று பார்க்க வருவோர் யாரும், மூக்கில் முந்தானையை வைத்து அணைப்புக்கொடுத்தபடி நான்கடி தூரம் தள்ளிநின்றே துக்கம் விசாரித்துவிட்டு சென்றார்கள்.

பேச்சியம்மாவின் தாய் முத்தம்மா, அந்த கிழவிக்கு தொன்னூறு தொன்னூற் றைந்து வயதிருக்கும். தனது சுருக்கு விழுந்து தொங்கிப்போன மூஞ்சி கைகால் சதைகளுடன் இன்னும் விரைப்பாக நடமாடிக் கொண்டிருந்தாள்.

தன் வயிற்றில் பிறந்த மகள் படும் வேதனைகளையெல்லாம் பார்த்து விட்டுத்தான் சாகவேண்டும் என அவள் தலையில் எழுதி வைத்திருந்தது போல. பாவம் கிழவி தனியாக தத்தளித்துக் கொண்டிருந்தாள்.

பேச்சியம்மாளுக்கு மரணப்படுக்கையில் தனது கடந்த கால நினைவுகள் மெல்ல மெல்ல வந்து போய்க்கொண்டிருந்தன.

தனக்கு வயிற்று வலி வந்த அந்த நாளைக்கு முதல் நாள் வரையிலும் விறகுச் சுமையை சுமந்துகொண்டுதானே இருந்தாள்.

அவள் விறகுச்சுமையை தலையில் ஏற்றிக் கொண்டு ஒற்றைக் கையை வீசி நடந்துவரும் போது, இடுப்பில் சொருகியிருக்கும் அவளது வெத்தலைப் பை தொடையை உரசியபடி அங்கைக்கும் இங்கைக்குமாக ஆடிக் கொண்டு வருவது, அவள் எதிரில் வருபவர்களை, "வழி விடுங்க வழி ... விடுங்க ..., எங்க பேச்சியம்மா தலை நிறைய விறகுச் சொமையோட வாரா..., வழி விடுங்க" என்று எச்சரிக்கை செய்வது போலவே இருக்கும். மூணு வேளைக்கும் வயித்துக்கு கஞ்சி இருக்கோ இல்லையோ, பேச்சியம் மாவிற்கு வேளை தவறாம வெத்தலை போடணும்!

விறகுச்சுமையை ஏற்றி வருபவளுக்கு கழுத்து தலை வலித்தால் இரட்டை மதகு பக்கமிருந்த சுமைதாங்கி கல்லில் விறகுக் கட்டை ஏற்றி வைத்து விட்டு நிழல் தேடி உட்கார்ந்து விடுவாள் பேச்சி.

இப்படித்தான் "உஷ்ஷ்ஷ் ... அப்பாடி" என்ற முணங்கலோடு, தலை யிலிருந்த விறகை இறக்கிப்போட்டுவிட்டு, அதற்கு ஈடாக கிடைத்த பதினைந்து ரூபாயை மடித்து வெத்தலை பையிக்குள் வைத்து பத்திரப் படுத்திக்கொண்டு அன்று வீடுவந்து சேர்ந்த போது பொழுது சாய்ந்து விட்டிருந்தது.

வீட்டிற்குள் நுழைந்ததும் நுழையாததுமாக, "எலே முருகா,

ஆத்தாளுக்கு கொஞ்சம் தண்ணி கொண்டாடா, என்னவோ போல வருது'' என்று குரல் கொடுத்தாள்.

''ம்க்கும், ஓம் மயன் முருகன் என்னைக்கு வீடடஞ்சு கெடந்திருக்கான்னு அவங்கிட்ட தண்ணி கேக்குறவோ?'' என்று மகளைச் சடைந்து கொண்ட முத்தம்மா கிழவிதான், நடுங்கும் கைகளில் தண்ணீர் சொம்பை கொண்டு வந்து பேச்சியம்மாளிடம் கொடுத்தாள்.

வாங்கிய சொம்பை வாயில் வைத்து உறுஞ்சி, இரண்டு முறை வாயை கொப்பளித்து, வெத்தலை கதுப்புகளை வெளியேற்றிய திருப்தியில் மீதமுள்ள தண்ணீரை ''மடக் மடக்'' என்று அவள் குடிக்க, அந்த தண்ணீர் அவள் தொண்டையில் அமிர்தமாக இறங்கிக்கொண்டிருந்தது. தண்ணீரை குடித்துவிட்டு சொம்பை திருப்பிக் கொடுத்த மகளிடம், ''ம்ம்ம் எப்பத்தான் அந்த ஆண்டவன் ஓங் கஷ்டம் தெரிஞ்சு ஓம்மேல கருணை காட்டப்போறானோ. ஓன் தாலியப் பறிச்ச அன்னிக்கே உயிரையும் பறிச்சிருந்தா, இந்த லோலு படுவியா?'' என்று கேட்டபடியே, மகளின் உழைத்து களைத்த முகத்தை வருடிய போது கிழவியின் பஞ்சடைந்த கண்களில் நீர்கோர்த்து விட்டிருந்தது.

பேச்சியம்மா தலைவிதியோ என்னவோ, வாக்கப்பட்டதும் உருப்படல, வயித்துல பொறந்ததுகளும் உருப்படல. புருஷங்காரன் இருந்தவரை, குடிக்கறதத் தவிற வேறந்த வேலையும் பார்த்ததில்லை. இருந்தாலும் அவன் இருந்தவரை மஞ்சக்கயிறாவது மிச்சமிருந்தது. அவன் செத்ததுக் கப்புறம் அதுவும் பறிபோய்விட்டது.

நீலமேகம் குடிச்சிட்டான்னா, அவனை மாதிரி கொடை வள்ளல் யாரும் இருக்க முடியாது. யாரு எதைக் கேட்டாலும் கொடுத்துவிடுவான். அவன் தள்ளாடியபடி வந்தாலும், தடம் வழியில யாராவது சின்னப் பசங்கள பார்த்துட்டா, அவனுக்கு பாசம் பொங்கிகிட்டு வந்திடும்.

''டேய் கண்ணுங்களா ..., இங்க வாங்கடா செல்லங்களா.'' என்று கொஞ்சியபடி அவர்களை கைளைப் பிடித்து இழுத்துச் சென்று கடையில் அவர்கள் எதைக் கேட்டாலும் வாங்கிக் கொடுத்து அனுப்பி வைப்பான்.

சில நேரம் பையில் காசு இல்லாமல் போனா, அவன் மனசு கேட்காது. அந்த குழந்தைகளை தூக்கிக்கிட்டு வீட்டுக்கே வந்துவிடுவான். பேச்சி யம்மாளை நச்சரிச்சு, அதுகளுக்கும் சோறுபோட்டு சாப்பிட வச்சுத்தான் அனுப்புவான்.

ஆரம்பத்தில் நீலமேகத்தைப் பார்த்து பயந்த குழந்தைகள், அவனது கருணை உள்ளத்தைப் பார்த்து, நாளடைவில் அவனுக்கு ரசிகர்களாகிப் போனார்கள். எல்லாம் சொந்தபந்தங்களின் குழந்தைகள் என்பதால், அவர்களின் பெற்றோர்களும் நீலமேகத்தின் செயல்களை பெரிதுபடுத்த வில்லை.

வீட்டிலிருந்த எல்லாத்தையும் வித்து வித்தே குடிச்சு அழிச்ச நீலமேகம், கடைசியா பேச்சியம்மா கழுத்தில் இருந்த கால்பவுன் தாலியையும் விட்டு வைக்கவில்லை. ''அதான் நாமலே போகப்போறோமே, அப்புறமென்ன கழுதைக்கு தங்கத் தாலி?'' என்று நினைத்து பிடிங்கிச் சென்றானோ என்னவோ? அது நடந்த ஒரு மாசத்துல அவன் செத்தும் போனான்.

என்னதான் குடிகாரனா இருந்தாலும், அவன் மேலே உயிரையே வச்சிருந்தா பேச்சியம்மா. போதை உச்சியில இருந்தாலும், பேச்சியம்மா அவனை எப்படி வஞ்சாலும் சிரிச்சிகிட்டேதானிருப்பான் நீலமேகம். ''ஊருப்பிள்ளைக்கெல்லாம் சோத்தப்போட இங்க என்ன கொட்டிவச்சா கெடக்குது? நாசமா போனவனே'' என்று திட்டிக்கொண்டிருப்பாள் பேச்சியம்மா. தான் சாப்பிடுற சாதத்தை உருட்டி பேச்சியம்மாவின் வாயில ஊட்டிவிட்டு அவள் வாயை அடைத்து விடுவான் நீலமேகம். அந்த வித்தையை தெரிஞ்சு வச்சிருந்ததனாலேதானே ஒண்ணுக்கு மூணா பிள்ளைகளை பெத்துப்போட்டிருந்தான் அவன்.

பெரியவன் குப்புச்சாமிக்கு பதினெட்டு கழிஞ்சு போன தையோட பத்தன்போது வயசாகிப்போச்சு. வாலிப முறுக்குல வீட்டுக்கடங்காம சுத்திகிட்டு திரியறவன். சேக்கியாளுகளோட சேர்ந்துகிட்டு ஏதாவது ஒரு வேலைக்கு போக வேண்டியது. கிடைக்கிற கூலியை வச்சிகிட்டு நல்லா செலவு பண்ணிக்க வேண்டியது. தாயி கஷ்டப்படுறாளே அவளுக்கும் கொஞ்சம் ஒத்தாசையா இருப்போம்னு ஒரு நாளும் நெனச்சுப்

பார்த்ததில்லை. அவனுக்கப்புறம் ரொம்ப வருசம் கழிச்சு பொறந்தவன் தான் முருகன். தோட்ட வேலைக்கு போடக்கூடாதுன்னு சொல்லி அரசாங்க பள்ளிக்கூடத்தில சேர்த்துவிட்டிருந்தா பேச்சியம்மா. இப்ப அவனுக்கு பதிமூணு வயசாகுது. இன்னும் அஞ்சாம் வகுப்பிலேயேதான் உட்கார்ந்திட்டு இருந்தான்.

கடைசியா பொறந்தது முத்துச்சாமி. அதனால வீட்டுக்குச் செல்லம். எட்டு வயது முடிஞ்சு ஒம்போது நடப்பு. அவனும் மூணாங்கிளாஸ்ல படிச்சிட்டு இருந்தான்.

வீட்டிலிருந்த அத்தனை உருப்படிகளுக்கும் பேச்சியம்மா ஒருத்தி தான் உழைச்சுக் கொட்ட வேண்டியதாயிருந்தது.

நீலமேகம் ஊர் பிள்ளைகள் மேலேயே அத்தனை அன்பை பொழிஞ்சவன், தன் பிள்ளைகளை சும்மா விட்டுவைப்பானா? அவன் கொடுத்த செல்லம்தான், இன்று ஒரு பிள்ளையும் ஆத்தா பேச்சை கேட்பதற்கு இல்லை. அது அதுங்க வச்சததுதான் சட்டம்.

ஒரு நாள் எங்கேயோ காடுமேடெல்லாம் சுற்றித் திரிந்து விட்டு, உடம் பெல்லாம் புழுதியேறி அலங்கோலமாக வீட்டிற்கு வந்தான் முருகன். அப்போதுதான் காட்டிலிருந்து வந்து கிறக்கத்தோடு உட்கார்ந்திருந்தாள் பேச்சியம்மாள்.

கஞ்சிக்கு வழியில்லாமல், கட்டாங் காப்பியை கொதிக்க வச்சி குடிக்க உட்கார்ந்தவளிடம், ''ஆத்தா நான் சினிமாவுக்கு போவணும். காசு வேணும், காசு வேணும்னு எத்தனை நாளாக் கேக்கிறேன். இன்னிக்கு மட்டும் நீ குடுக்காம இரு. அப்புறமா நான் என்ன செய்வேன்னு எனக்கே தெரியாது'' என்று ஏற்கனவே நொந்துபோய் இருந்தவளின் மனதில் வேலைப் பாய்ச்சினான் முருகன்.

''ஏலே, நான் எந்தக் காசுடா வச்சிருக்கேன்? இன்னைக்கு போயிட்டு வந்த வேலைக்கே, இன்னும் கூலி வந்து சேரலையேடா. போ ... போயி கைகால கழுவிகிட்டு வந்து படி, ஊரு பிள்ளைகளாட்டம். சினுமா கினுமாவெல்லாம் இன்னொரு நாளைக்கு பாத்துக்கலாம்'' என்றாள் பேச்சியம்மாள்.

''எப்பப் பாரு நான் காசு கேட்டா மட்டும் தரமாட்டா இவோ. காசு தாராட்டி ஒம் மண்டைய ஒடைக்காம விடமாட்டேன்'' என்று சொல்லிக் கொண்டே ஒரு பெரிய கல்லை எடுத்து பேச்சியம்மாளின் மண்டைக்கு குறி வைத்தான். ''அடியே பேச்சி, அந்த நாசமத்துப்போனவனுக்கு ஒண்ணோ ரெண்டோ காசிருந்தா கொடுத்துத் தொலையேண்டி. அவன்கிட்ட எதுக்கு எழவக்கூட்டிகிட்டு நிக்கிற?'' என்று மகளைக் கடிந்தாள் முத்தம்மாக் கிழவி.

தனது வெற்றிலைப் பையில் கையை விட்டு தேடியவளுக்கு, அதில் எப்போதோ மடித்து வைத்த ஒரு ஒத்தை ரூபா நோட்டு சிக்கியது.

''இந்தாடா, எங்கிட்ட இருக்குறதே இந்த ஒத்த ரூவா நோட்டுத்தான். இதை வச்சிகிட்டு நீ சினிமாக்கு போனாலும் சரி, எங்கேயாவது நாசமத்துப் போனாலும் சரி'' என்று சொல்லி அவனிடம் அந்த ஒத்த ரூபாய் தாளை நீட்டினாள்.

அதை வாங்கி கீழே போட்டு, தனது பாதத்தில் நகட்டு நகட்டென்று நகட்டியவன், ''ஒத்த ரூபாயிக்கு எவன்டி சினிமா காட்டுவான்?'' என்று அந்த நோட்டை பாதத்தாலேயே நசுக்கி கிழித்து நாசம் செய்துவிட்டு, வசை பாடிக்கொண்டே ஓடிப்போனான். சின்னப் பையன் வாயில்லாப் பூச்சி. அவனால நல்லதும் இல்லை கெட்டதும் இல்லை. பள்ளிக்கூடம் போயி அவனாவது தலையெடுத்துற மாட்டானா என்ற நம்பிக்கையில் காலத்தை ஓட்டிக்கொண்டிருந்தாள் பேச்சியம்மா.

பெரியவன் வீட்டுக்கு வருவதே, ஏதோ விருந்தாளிக வீட்டுக்கு வாரா மாதிரி ஆடிக்கொரு நாளும், அமாவாசைக்கு ஒரு நாளுமாக வந்து போயிக்கொண்டிருந்தான். தோலுக்கு மூத்த பையன்கறதாலே அவன் கிட்ட ஏதும் பேசுறதுமில்லை, இது செய், அது செய்யின்னும் சொல்லிக்கறது மில்லை.

ஏதோ பக்கத்துத் தெரு காளியப்பன் பொண்ணு பின்னாடியே சுத்திகிட்டு திரியறான்னு ஊருக்குள்ள பேச்சாகி, அது எப்படியோ பேச்சியம்மா காதுக்கும் வந்துடுச்சி. ''இவனுக்கு என்னான்னு சொல்லி பொண்ணுக் கேட்கறது?'' என்ற தயகத்துலேயே அதை பெரிதுபடுத்தாமல்

விட்டு விட்டாள் பேச்சியம்மாள். ஒரு நாள் சொல்லாமல் கொள்ளாமல் அந்த புள்ளையை இழுத்துகிட்டு ஓடிப்போனான் குப்புச்சாமி.

பொண்ணப் பெத்தவங்க, குய்யோ மொறையோன்னு கத்திகிட்டு பேச்சியம்மா வீட்டு முன்னாடிதான் வந்து கூச்சலிட்டுவிட்டுப் போனார்கள். ''இவளா கூட்டிக்கொண்டு போயி ஒளிச்சு வச்சிருக்கான்னு இவகிட்ட வந்து கத்துறீக'' என்று கிழவிதான் அவர்களை சமாதானம் சொல்லி அனுப்பி வைத்தாள்.

அன்னைக்குத்தான் ரொம்பவும் நொந்துபோயிருந்தாள் பேச்சியம்மா. அன்று இரவு தூங்காமல் தவித்துக்கொண்டிருந்தவள், தன் தாயை அழைத்து, ''மூத்தவன் அவனுக்கான வாழ்க்கையை தேடிகிட்டான். சிறுசுக வாழ்க்கைதான் என்ன ஆகுமோன்னு எனக்கு பயமா இருக்கு. அதுகளுக்கு ஒரு நல்லது கெட்டது செய்யறதுக்குள்ளே நான் போயி சேந்திருவேனோன்னு பயமா இருக்கும்மா'' என்றாள் பேச்சியம்மாள்.

''அடி போடி போக்கத்தவளே. ஒன்னைய பெத்தவோ, நானே இன்னும் கல்லு மாதிரி பூமிக்கு பாரமா நடமாடிகிட்டு திரியிறேன். அதுக்குள்ளே இவளுக்கு சாவு வந்து, வா ... வா ...ன்னு அழைக்குதாக்கும்? அவனவன் நல்லாத்தான் இருப்பானுக. நீ எதப்பத்தியும் கவலைப்படாம தூங்கி எந்திரி. அப்பத்தானே நாளைக்கு பொழப்புத்தனத்த பாக்க முடியும்?'' என்றாள் முத்தம்மா கிழவி.

இதோ, இன்னைக்கு அவள் பயப்பட்டது மாதிரியே ஆகிப்போச்சு. உசிரு இப்பவோ அப்பவோன்னு இழுத்துகிட்டு கெடந்துச்சு. இந்த நெலமை யிலயும் எந்த பையனும் ஆத்தா கிட்டக்கூட வந்து பார்க்கவில்லை.

இந்த உலகம் இறுதி வரை புரியாத புதிராகவே இருந்துவிட்டது பேச்சிக்கு. அவளது அனுபவத்தில், ஆண்களுக்கு ஏதாவது ஒன்று என்றால் பாதிக்கப் பட்டவர்கள் மட்டுமல்ல இந்த உலகமே அதற்காக வருந்துவதாக இருக்கிறது. ஆனால் இவளைப் போன்ற பொட்டச்சிகளுக்கு எது நடந்தாலும், எத்தனை பெரிய துயர் வந்தாலும் அதை தாங்கிக்கொள்ளவும், பொறுத்துக் கொள்ளவுமே அவள்

படைக்கப்பட்டது போலவே இந்த உலகம் பார்ப்பது தான் ஏன் என்று அவளுக்கு புரியவில்லை.

எத்தனை முறை கட்டிகிட்டவனுக்கு தலை வலி, காய்ச்சல் என்று பக்கத்திலிருந்து பக்குவம் செய்திருக்கிறாள் பேச்சி. இவளுக்கு ஏதாவது ஒன்று என்றால், திரும்பி கூட பார்த்ததில்லை, அந்த மகராசன். அட ஒரு ஆறுதலுக்காக ஏன், என்ன? என்றாவது கேட்கவேண்டாமா? என்ன உலகமோ? என்று தனக்கு தானே கேட்டுக்கொள்வாள்.

இதோ, இப்போது கூட இத்தனை துன்பத்திலும், உயிர் வேதனையிலும் தன்னை பெத்த மகராசிதான் அத்துனை உதவிகளையும் இழுத்துப் போட்டுகிட்டு செய்து கொண்டிருந்தாள். அவளுக்கு மட்டும் என்ன இதையெல்லாம் தாங்கி செய்யுற வயசா? இருந்தும் ஏன் செய்கிறாள்? என்று தன்னை பெத்தவளை பற்றி நினைத்தபோது துக்கம் தொண்டையை கவ்வியது. கண்களில் நீர் சுரந்து நின்றது.

பெத்த மனசு, பிள்ளைகளை ஒரு தடவையாவது பக்கத்துல வச்சு பாக்கணும்னு ஏங்கினது யாருக்கும் தெரியவும் இல்லை, புரியவும் இல்லை.

படுத்துக்கிடந்த இடத்திலிருந்தே மெல்லமாக தலையைத் திருப்பி, தூரத்தில் நின்றிருந்த பிள்ளைகளின் முகங்களை ஆழமாகப் பார்த்துக் கொண்டே இருந்தாள் பேச்சியம்மா. அதுவே அவளுக்கு பிடிக்க வில்லையோ என்னவோ. சிறிது நேரத்தில் தலையை வேறு பக்கமாகத் ஈனஸ்வரத்தில் முனகியபடியே திருப்பிக்கொண்டாள்.

அன்று இரவு முத்தம்மா கிழவி தன் மகளுக்கு கஞ்சி எடுத்துவந்து வாய் வழியே புகட்டிவிட்டாள். பெத்த வயிறுக்கு அந்த நாத்தமும் தெரிய வில்லை, அருவருப்பும் தெரியவில்லை. பிள்ளை சாகக்கிடக்கிறாளே என்கிற கவலை மட்டுமே இருந்தது.

அந்த நிலையில் தன் மகள் எதையோ தன்னிடம் சொல்ல முயற்சிப்பது கிழவிக்கு புரிந்ததால், ''சொல்லு தாயி'' என்று பேச்சியம்மாளின் தலையை கோதியபடி காதைக்கொடுத்தாள் முத்தம்மா கிழவி.

''யம்மா ..., அடுத்த பிறவியில ஒம் வயித்துல பொறந்தா, ஆம்பிள்ளை பையனா பொறந்துக்கிறேம்மா ... ஒரு வேளை மறுபடியும் பொட்டச்சியா பொறந்துட்டா, நீ மொத நாளே என் கழுத்த திருகி கொன்னு போடும்மா ...'' என்று ஈனஸ்வரத்தில் சொன்னவளின் கண்களில் கண்ணீர் தடம் பதித்துச் சென்றது.

மகளின் பேச்சைக் கேட்ட கிழவிக்கு கும்பியே வெடித்துப் போனது, ''அடி ஆத்தி'' என்று ஓலமிட்டு அழுதுவிட்டாள் கிழவி.

தன் மகள் தாலி அறுத்த நிலையைப் பார்த்து அழுது நின்ற முத்தம்மாவின் கண்கள், நீண்ட நாட்களுக்குப்பின் அன்று தான் கண்ணீரை சிந்தியது.

காலையில் கஞ்சி போட்டு எடுத்துக்கொண்டு சென்று வாஞ்சையோடு மகளை எழுப்பினால் கிழவி. பேச்சியம்மாவின் பசி நிரந்தரமாக அடங்கி விட்டிருந்தது. உயிரற்று கிடந்த தன் மகளின் முகத்தையே வெறித்துப் பார்த்துக்கொண்டிருந்தாள் கிழவி. அவளுக்கு அழுகையும் வரவில்லை. அவள் கண்ணிலிருந்து ஒரு சொட்டு கண்ணீரும் வரவில்லை. அவளது அமைதியில், தான் அனாதை ஆக்கப்பட்டுவிட்டோம் என்கிற கவலையை விட, கஷ்டப்பட்ட தன் மகள் விடுதலை பெற்றுவிட்டாள் என்கிற நிம்மதி இருந்தது.

❖

தனம்

''அடியே, ஒங்க மாமங்கூட என்னடி தனியா பேசிகிட்டு இருந்தே?'' மரகதம் கேட்க,

''ஆ ... ங், கட்டிகப் போறவங்கூட ஆயிரம் பேசிக்குவேன். அது எதுக்குடி ஒனக்கு?''

வெடுக்கென்று பதில்சொன்னாள் மங்கை.

கொல்லென்று சுற்றியிருந்த தோழிகள் சிரித்துக் கொண்டார்கள்.

தனம் வீட்டு திண்ணையில் உட்கார்ந்து வயது ஒத்த தோழிகள் பள்ளாங்குழி, தட்டாங்கல் போன்ற விளையாட்டுகளை விளையாடுவது வழக்கம்.

''ஏண்டியம்மா, ஒனக்கு என்னமோ பரிசம் போட கஞ்சநாயக்கன் பட்டியில் இருந்து மாப்பிள்ளை வாரதா பேசிக்கறாங்களே?'' தனம் மரகதத்தை கேட்டாள்.

''ஆமாண்டி, தூரத்து சொந்தம். அவுக பஸ்ஸில கண்டக்டர் வேலை பாக்குறாகளாம். நல்ல மாப்புள்ள, கட்டிக்கோன்னு எங்க ஆத்தா கெடந்து கத்திகிட்டு இருந்துச்சு, அதான் சரின்னு ஒத்துக்கிட்டேன். என்னைக்கா இருந்தாலும் எவனாச்சி ஒருத்தனுக்கு கழுத்தை நீட்டித்தானே ஆகணும்'' என்று தனது வருங்கால மாப்பிள்ளை பற்றி சொன்னாள் மரகதம்.

''போங்கடி போங்க, இப்படித்தான் என்னமோ ஏதோன்னு ஆசையா இருக்கும். அப்புறமா என்னைய மாதிரி வயித்துல புள்ளையை சொமந்துகிட்டு திரியறப்பத்தான், சின்னப் பிள்ளையாவே வெளையாடி

கிட்டு இருந்திருக் கலாமேன்னு மனசு சொல்லும்'' என்று அலுத்துக் கொண்டாள் அலமேலு.

அலமேலு ஒருத்திதான் அந்த கூட்டத்தில் திருமணம் முடித்தவள். மகப்பேறுக்காக தாய் வீடு வந்தவளுக்கு, தனம், மங்கை, மரகதம்தான் பொழுதை போக்க உதவும் தோழிகள்.

''ஏன்டி அப்படி சொல்றே? அதுக்காக, பொம்பளையா பொறந்துட்டு கலியாணம் பண்ணிக்காம, புள்ளைகளை பெத்துக்காம இருக்க முடியுமா? சொல்லு'' என்று எதிர் கேள்வி கேட்டாள் மங்கை.

''அடியே கூறு கெட்டவளே, நான் கலியாணம் பண்ணிக்க வேணாண்னு சொல்லலை. இப்ப ஒங்களுக்கு இருக்குற சந்தோசம், கலியாணம் ஆனதுக்கப்புறம் இருக்காதுன்னு தான் சொல்ல வாறேன்'' என்று அன்று தனம் வீட்டு திண்ணையில் அலமேலு பள்ளாங்குழி விளையாடும் போது சொன்னது இன்னும் தனத்தின் நினைவில் நிழலாடத்தான் செய்கிறது.

''இதோ, அப்போது இந்த திண்ணையில் உட்கார்ந்து என்னோடு விளையாடிய மரகதம், மங்கை எல்லோரும் கட்டிப்போய் பிள்ளைகளையும் பெத்துக் கிட்டாளுங்க. இன்னிக்கு அவளுக என்ன சந்தோசமா இல்லை? நான் இன்னும் கலியாணம் பண்ணிக்காம, என்ன சந்தோசத்தைக் கண்டேன்?'' என்று அவ்வப்போது தனம் நினைத்துக்கொள்வாள்.

தனம் தான் வீட்டில் கடைக்குட்டி. அவளுக்கு மூத்த ரெண்டு புள்ளை களையும் கட்டிக்கொடுத்தாகிவிட்டது. எப்படியாவது தனத்தை கரை சேத்திடணுங்கறதுதான் வெள்ளையத்தேவனுக்கும் அவரது பொஞ்சாதி வடிவுக்கரசிக்கும் கனவு, ஆசை, லட்சியம் எல்லாம்.

தனம் கெட்டிக்காரி, எல்லா வேலைகளையும் இழுத்து போட்டுகிட்டு செய்பவள். அவளை பார்ப்பவர்கள், ''அடியே தனம், ஒன்னைய கட்டிக்கப் போறவன் குடுத்து வச்சவன்டி'' என்பார்கள். தனமும் வெகுநாளாய் காத்திருக்கிறாள். இன்னும் அந்த கொடுத்து வச்சவன் யார் என்று தான் தெரியவில்லை.

பன்னிரண்டாவது படித்தபோது மேற்குத் தெரு குமார், தனத்தை உயிருக்கு உயிராய் காதலிச்சான். ''ஏன்டி, அவன்தான் ஓம் பின்னாடியே சுத்துறானே. நீ தான் சரின்னு சொல்லிட வேண்டியதுதானேடி. அவன் மட்டும் என்ன கொறைச்ச ஆளா? வீட்டுக்கு ஒரே பையன். நெறைய நெலம் புலம்ன்னு வசதியான பையன்தான்டி. சும்மா பிகு பண்ணிக்காம அவனோட காதலை ஏத்துக்க'' கூட படித்த கல்யாணி எவ்வளவோ சொல்லிப் பார்த்தாள்.

''ஐயோ, நான் மாட்டேன் சாமி. எங்க வீட்டுக்கு தெரிஞ்சா என்னை கொன்னே போட்டிருவாங்க. பொண்ணா இருந்தா, நாலு பசங்க சுத்தத்தான் செய்வானுக. அதுக்காக, வெட்கம் மானம் கெட்டு பல்லை இழிச்சுட்டு போகணுமா?'' என்று தனம் சொன்னதைக் கேட்ட கல்யாணி அமைதியாகி விட்டாள்.

''ஏய் தனம், ஒன்னத்தாம் புள்ள. கொஞ்ச நேரம் நின்னு நான் சொல்றதை கேளு. எனக்கு ஒன்னை புடிச்சிருக்கு. கட்டிகிட்டா ஒன்னத்தா கட்டிக்குவேன். நீ மட்டும் சம்மதிக்கலேன்னா, நான் செத்துப் போவேன் பாத்துக்கோ'' என்று தனத்தை வழிமறித்து நேரடியாகவே தனது காதலை சொல்லி விட்டுச் சென்றான் குமார். ரெண்டு வருசமாய் பூமி சூரியனை சுற்றுவது போல் தனத்தை சுற்றி வந்தவன் அவன்.

அவன் பேசிய எதையும் காதிலேயே போட்டுக்கொள்ளவில்லை தனம். அதற்கு பின் ரெண்டு வருஷம் தனத்துக்காகவே காத்திருந்து பார்த்தும், அவள் கிடைக்காததால் வீட்டில் பார்த்த ஒரு பெண்ணை கட்டிக்கொண்டு குடும்பஸ்த்தனாகிப்போனான் குமார்.

செம்பட்டியிலில் இருந்து ஒரு போலீஸ்காரனுக்கு கேட்டு வந்தார்கள்.

''எனக்கு சுத்தி வளச்சி பேச தெரியாது. எம் பையன் டவுனுல வேலை பாக்குறான், வேலைக்கு போயி வர ஒரு பெரிய வண்டி வாங்கி கொடுத்துப் போடணும். பொண்ணுக்கு ரவுண்டா அம்பது பவுனு நகை, பையனுக்கு மூணு பவுனுல செயின். ஒரு பவுனுல மோதிரம். ரொக்கமா ஒரு லட்சம் கொடுத்திருங்க. கல்யாணச் செலவு பொண்ணு வீட்டோடது'' என்று மாப்பிள்ளையின் அம்மா சொன்ன சீர்வரிசையைக் கேட்ட வெள்ளையத் தேவனுக்கு தலை சுற்றியது.

''இங்க பாரு தங்கச்சி, நீ நெனைக்கற மாதிரி நாங்க அவ்வளவு வசதிப் பட்ட குடும்பமில்லை. நீங்க கேக்கறது எங்க தகுதிக்கு மீறுன விசயம். இருந்தாலும் பொண்ண பெத்தவங்க சும்மா அனுப்ப முடியாது. எங்க தகுதிக்கும் மேல பொண்ணுக்கு இருபது பவுன் போட்டறோம். பையனுக்கு ஒரு பவுன்ல மோதிரமும் போட்டுறோம். பணமா அம்பதாயிரம் தான் தரமுடியும். மோட்டார் பைக்கு பின்னாடி நல்லா இருந்தா செய்யுறோம். கல்யாணச் செலவு ரெண்டு பேருமா சேர்ந்து செஞ்சிக்கலாம்'' வெள்ளையத் தேவன் தன் பங்கிற்கு சொன்னார்.

''எங்களுக்கும் சொந்த பந்தத்திலே நீ, நானுன்னு போட்டி போட்டுகிட்டு பொண்ணு கொடுக்கவும், கேட்ட சீர் வரிசை செய்யவும் வரிசை கட்டி நிக்கிறாங்க. எம் மவன் ஆசைப்பட்டுட்டான்னு சொல்லித்தான் இங்க வந்தோம். அதையும் மனசுல வச்சுப் பேசுங்க'' என்றாள் மாப்பிள்ளையின் தாய்.

''எங்களால முடிஞ்சதை சொல்லிட்டேன்'' என்றார் வெள்ளையத் தேவன்.

''சரி பின்னே, நாங்க, எங்க சொந்த பந்தத்தை கலந்துகிட்டு முடிவை சொல்றோம்'' என்று சொல்லிவிட்டுப் போன போலீஸ் சம்பந்தம் திரும்பி வரவே இல்லை.

''தனம், நீ ஏன்டி கவலைப்படுறே? ஒன்ன கட்டிக்க அவங்களுக்குத்தான் குடுத்து வைக்கல. ஒனக்குன்னு ஒருத்தன் இனிமேலா பொறக்கப் போறான்? எந்த ஊரு மகராசன் வந்து கட்டிகிட்டு போறானோ தெரியாது. ஆனா ஒண்ணு மட்டும் மனசுல வச்சுக்க. இந்த மாப்பிள்ளையை விட நூறு மடங்கு நல்ல மாப்பிள்ளை ஒன்னை தேடி வருவான் பாரு'' என்று தனத்தின் அக்காகாரி சொன்னாள். அவள் சொல்லியே இப்ப ஆறேழு வருசமாகிப் போச்சு.

இப்படித்தான் கோம்பைபட்டியில இருந்து ஒரு மாப்பிள்ளை வந்தான். வாத்தியார் உத்தியோகமாம். அந்த சம்பந்தமும் சீர் செனத்தி கேட்டத கொடுக்க முடியாம நின்னுபோச்சி.

தனத்தோட ஆத்தா வடிவுக்கரசி, மனசு கேட்காம, யாரோ

தெரிஞ்சவங்க சொன்னாங்கன்னு புள்ளையோட ஜாதகத்தை பொன்னாபுரம் ஜோசியரு கிட்ட கொண்டு போயி காட்ட, ''ஜாதகனுக்கு மாங்கல்ய தோசம், பரிகாரம் பண்ணனும். மாரியம்மனுக்கு எட்டு வாரத்துக்கு வெள்ளிக்கெழமை வெளக்கு போடணும்'' என்று சொன்னதை கேட்டு பய பக்தியுடன் பரிகாரத்தை நிறைவேற்றிவிட்டு காத்திருந்தாள். ம்கூம்... காத்திருந்தது தான் மிச்சம். நல்ல செய்தி எதுவும் வந்தபாடில்லை.

''தனம் அக்கா, டாட்டா'' என்றான் கதிர்.

''டேய் கதிர், பள்ளிக்கோடம் கௌம்பியாச்சா?''

''ஆமாக்கா.'' என்றான் அந்த குழந்தை சிரிப்பொழுக.

''டாட்டா டாட்டா, நல்லா படிச்சுட்டுட்டு வா சரியா?''

''சரிக்கா'' என்ற சிறுவன் கைகளை ஆட்டி டாட்டா சொன்னபடியே தோளில் புத்தகப்பையை சுமந்துகொண்டு தனது தாயின் கையை மறு கையால் பற்றிக்கொண்டே நடந்தான்.

கதிர் சுப்பிரமணியனின் மகன்தான். சுப்பிரமணியன் தனத்தின் அத்தை பையன். பள்ளிக்கூடம் படித்த வயதில், தனத்தின் வீட்டில் வளர்ந்து தனத்தையே சுற்றி சுற்றி வந்தவன்தான் சுப்பிரமணியன்!

ஒரு நாள், மாமன் மகள் என்ற உரிமையிலும், கட்டிக்க போற பொண்ணு தானே என்ற உரிமையிலும் தனத்தை கட்டிப்பிடித்து முத்தம் கொடுத்து விட்டான். அன்று தனம் போட்ட கூச்சலில் வீடே ரெண்டாகிப்போனது.

அன்று தனத்தின் மீது இருந்த ஆசையை விட்டவன், அதன் பின் அவர்கள் வீட்டுப்பக்கம் வருவதையே நிறுத்திக்கொண்டான்.

தங்களோட தோட்டத்துக்கு வேலைக்கு வந்த ரதியை பிடித்துப்போக, அவளை காதலித்து கூட்டிக்கொண்டு ஓடிப்போய் திருமணம் செய்து கொண்டான். பல எதிர்ப்புகளுக்கிடையே ரதியை வீட்டிற்குள் அழைத்து வந்து வாழ தொடங்கியது தனிக்கதை. இதோ இப்போது அவன் பையனுக்கு ஆறு வயது. முதல் வகுப்பு படிக்கறானாம்.

இப்படித்தான், ஏதோ ஒரு வகையில் உறவுக்குள்ளேயும் சரி, வெளியிடத் திலும் சரி தனத்திற்கு ஏற்பட இருந்த திருமண வாய்ப்புகள் யாவுமே தட்டிபோய்க்கொண்டேதானிருந்தன.

இரண்டாவது பிரசவத்திற்காக தாய் வீடு வந்திருந்த மங்கையை பார்க்க தனம் சென்றிருந்தாள். மங்கையின் முதல் பையன், பார்க்க கொழுகொழு வென்று அவ்வளவு அழகு! அங்கிருந்து கிளம்பும் வரையில் மங்கையின் மகனை தன் மடியிலேயே வைத்து கொஞ்சிக் கொண்டிருந்தாள் தனம்.

''ஏண்டி, நம்ம செட்டுல இருந்த எல்லா பொண்ணுகளும் கல்யாணம் காட்சின்னு முடிஞ்சு, அவ அவோ புருஷமாரு வீட்டில போயி உட்கார்ந்து கிட்டாளுங்க. அதிலே நீ ஒருத்திதான்டி பாக்கி'' என்று சற்று வருத்தம் தோய்ந்த குரலில் சொன்னாள் மங்கை.

''......................................''

இதற்கு என்ன பதில் சொல்வதென்று தெரியாமல் அமைதியாக இருந்துவிட்டாள் தனம்.

''இனியும் சொந்த பந்தம், உள்ளூர் மாப்பிள்ளைன்னுட்டு காத்துகிட்டு இருந்தா காத்துகிட்டே இருக்க வேண்டியது தான். வெளியூர்காரனா இருந்தாலும் யோசிக்காம கழுத்தை நீட்டிடணும். அதுதான் சரிப்பட்டு வரும்'' என்றாள் மங்கை.

மெதுவாக சிரித்துமட்டும் வைத்தாள் தனம்.

''ஏன்டி சிரிக்கறவோ? நான் சொல்றது வெளையாட்டா இருக்கோ?'' கேட்டாள் மங்கை.

''இல்லை, என்னமோ வெளியூர் மாப்பிள்ளைங்க வரிசை கட்டி எனக்காக காத்துகிட்டு நிற்கிறா மாதிரியும், நான் தான், கட்டுனா உள்ளூர் மாப்பிள்ளையைத்தான் கட்டுவேண்ணு ஒத்த கால்ல நிற்கிறா மாதிரியும் பேசிரியே, அதான் சிரிச்சேன்'' என்றாள் தனம்.

''அடி போடி, ஒனக்கு எதுக்கெடுத்தாலும் வெளையாட்டுதானா?'' என்று அலுத்துக்கொண்ட மங்கை, கொஞ்சம் தயங்கியபடியேதான் கேட்டாள்,

''அடியே தனம், நான் ஒண்ணு சொல்லுவேன் கேக்குறியா?''

''சொல்லு மங்கை, அப்படி என்ன நீ பெருசா சொல்லப்போறே?''

''இல்லை, எங்க வூட்டுக்காரரோட பெரியம்மா பையன் ஒருத்தரு, வாத்தியார் வேலை தான் பாக்குறாரு. பாவம் அவருக்கு சின்ன வயசிலேயே சம்சாரம் செத்து போச்சாம். ஒரு பையன், எட்டாவது படிக்கறானாம். அவருக்கு பொண்ணு வேணும், தெரிஞ்ச பொண்ணுங்க இருந்தா சொல்லுங்கண்ணு சொன்னாங்க. அப்பத்தான் எனக்கு டக்குன்னு ஒன்னோட ஞாபகம் வந்திச்சி. இருந்தாலும் ஒங்கிட்ட ஒரு வார்த்தை கேட்கணும் இல்லியா? ஒங்க வீட்டுல என்ன சொல்லுவாங்களோ?'' என்று இழுத்தாள் மங்கை.

இதை மங்கையிடமிருந்து சற்றும் எதிர்பார்க்காத தனம், மனதளவில் நொறுங்கி போனாள். அவளுக்கு அதற்கு மேல் அங்கு இருக்க பிடிக்க வில்லை.

''சரி மங்கை, நேரமாச்சி, நான் கௌம்புறேன்'' என்று சொல்லிவிட்டு எழுந்து கொண்டாள் தனம்.

''நான் சொன்னதையும் கொஞ்சம் யோசிச்சு பாரு'' என்று கொஞ்சம் அழுத்தி சொல்லி விடை கொடுத்தாள் மங்கை.

''மங்கையா இப்படி பேசுகிறாள்?'' தனத்தால் நம்ப முடியவில்லை.

எண்ணெய் கடை கோனாரு, தனது வயதுக்கு பொருத்தமில்லாத ஒரு சின்னப் பொண்ணை கல்யாணம் பண்ணி கூட்டிகிட்டு வந்தபோது, அவரது வயதையும் அந்த பொண்ணோட வயதையும் ஒப்பிட்டு ஊரே கேலியும் கிண்டலும் செய்ததே, அன்றைக்கு இதே மங்கை என்ன சொன்னாள்?

''அடியே, எனக்கு மட்டும் எங்க அப்பன் ஆத்தா, இப்படி ஒரு கெழட்டுப் பயலை கட்டிக்கோன்னு சொன்னாங்கன்னு வைச்சுக்கோ, ஒண்ணா நான் கெனத்துல விழுந்து செத்துருவேன். இல்லையா, பொண்ணு கேட்டு வாரவனை அறுவா மணையாலயே வெட்டிப்போட்டு ஜெயிலுக்கு போயிடுவேன்'' என்று வீராப்பாய் சொன்னாளே!

அன்றைக்கு கூட ''அட ஏன்டி நீ ஒருத்தி, ஒனக்கே இம்புட்டு ரோசம்

வருதே, அந்த புள்ளைக்கு மட்டும் அது இருக்காதா என்ன? பாவம், அவளுக்கு என்ன கஷ்டமோ? குடும்பத்துல என்ன பிரட்சனையோ?'' என்று அந்தப் பெண்ணிற்காக நான் தானே பரிந்து பேசினேன்!

ஒன்றாகவே பேசி பழகி விளையாண்ட தோழிகளில் ஒருத்திக்கு மட்டும் வரன் தட்டிப்போகும் என்றால், மற்றவர்களின் மனதின் அவளை பற்றிய மதிப்பீடு இவ்வளவு மோசமாக போய்விடுமா? இதுதான் உலக நியதியா? என்று நினைத்த போது, மங்கையின் மேல் ஒரு இனம்புரியாத கோபம் பிறந்து விட்டிருந்தது தனத்திற்கு.

வீட்டிற்கு திரும்பி நடந்தவளின் மனது முழுவுதையும் மங்கையும் அவள் சொன்ன விசயங்களுமே நிறைத்திருந்தன.

''கல்யாணயம் மட்டும் தான் வாழ்கையா? கல்யாணத்தை பண்ணிட்டு ரெண்டு கொழந்தைகளை பெத்துகிட்டு கையில ஒண்ணும்; இடுப்புல ஒண்ணுமா தூக்கிகிட்டு திரியறதுதான் வாழ்க்கையா? ஏன் கலியாணம் பண்ணிக்காமலேயே சாதிச்ச பொண்ணுங்களே இல்லையா? என்று தனத்தின் மனம் கேட்டது.

என்னதான் ஞானி போல யோசித்தாலும், தனது வயதுப்பெண்கள், கணவனோடும், குழந்தைகளோடும் அவளைக் கடந்து போகும்போது, ஏதோ ஒரு சோகம் வந்து மனதைக் கவ்விக்கொள்வதை அவளால் தவிர்க்க முடிவதில்லை.

''என் பேத்தியோட அழகுக்கும் அறிவுக்கும் வெள்ளக்கார தொரையே மாப்பிள்ளையா வர, தவமா தவங்கெடப்பானுக பாரு'' என்று தனத்தின் அம்மாச்சி கடைசிவரைக்கும் சொல்லிகிட்டே இருந்துவிட்டு, கடைசியில் பேத்தியின் கல்யாணத்தை பார்க்க கொடுத்து வைக்காமல் போயி சேர்ந்தே விட்டாள்.

தனத்தின் அப்பனும் ஆத்தாளும், இந்தா இன்னைக்கு நல்ல செய்தி வரும், நாளைக்கு நல்ல செய்தி வரும் என்ற நம்பிக்கையில் காத்திருந்து காத்திருந்து களைத்துப்போய்விட்டார்கள்.

காலங்கள் மாறின, கோலங்கள் மாறின. ஆனால் எந்த மாற்றமும் இல்லாமல் தனது இயல்பை மாற்றிக்கொள்ளாமல் எப்போதும் போல சுறுசுறுப்போடு இயங்கிகொண்டேதானிருந்தாள் தனம்.

இன்னும் விடிந்துவிட்டிருக்கவில்லை. எங்கோ தூரத்தில் ஒரு சேவல் ''கொக்கரக்கோ கோ....'' என்று நீட்டி முழங்கியது.

''தலக் தலக், தலக் தலக்'' என்று நீரை வாரி இரைத்து வாசல் தெளித்து கொண்டிருந்தாள் தனம்.

தனம் வாசல் தெளிக்கும் சத்தம் தான் கண்ணுச்சாமி தாத்தாவிற்கு அலாரம். ''லொக்கு லொக்கு'' என்று இருமிக்கொண்டே தனது குடிசையை விட்டு வெளியே வந்தார் கண்ணுச்சாமி தாத்தா.

''ஏத்தா தனம்''

''என்ன தாத்தா?''

''ஏத்தா, ஊரே தூங்கினாலும் நீ தூங்கமாட்ட போலயே''

''அஞ்சு மணி ஆச்சி தாத்தா. கோழி கூவிடிச்சே கேக்கல? இதுக்கு மேலயும் தூங்கினா, அப்புறம் கெடக்குற வேலைய யாரு தாத்தா பாப்பாங்க?''

''அட போ கழுத, நீ ஒருத்தி வேலை செஞ்சிதா ஊரு நிமிரப் போகுதாக்கும்? ஒன்னாட்டம் புள்ளைங்களெல்லாம் இந்நேரத்துக்கு கொறட்டை வுட்டுத் தூங்கிட்டு இருக்குங்க தெரியுமா? சரி எது எப்படியோ, இன்னிக்காவது ஒனக்கு நல்லபடியா விடியட்டும்'' என்று சொல்லிவிட்டு டீ கடையை நோக்கி நடையைக்கட்டினார் கண்ணுச்சாமி தாத்தா.

''தனம் மாடு கத்துதே கேட்டுச்சா? அத செத்த என்னான்னு பாரு'' என்று வீட்டிற்குள் இருந்து குரல் கொடுத்தார் வெள்ளையத்தேவன்.

''இந்தா போறேன்பா'' என்று சொல்லிக்கொண்டே கொல்லைப்பக்கம் ஓடினான் தனம்.

''ஏய்... ஹே ஹே, ப்ப்பா ப்ப்பா ...'' என்று இரண்டு காளைகளையும் விலக்கிவிட்டு, தொழுவத்திற்குள் நுழைந்து மாடுகளுக்கு தீவனம் இருக்கிறதா என்று பார்த்தாள் தனம்.

பொட்டு தீவணம் கூட இல்லாமல் இருப்பதைப் பார்த்தவள், வைகோள் போரில் இருந்து ஒரு கட்டு வைக்கோளை உருவி மாடுகளுக்கு போட்டு விட்டு, கட்டுத்தரையில் இறைந்து கிடந்த சாணத்தை தட்டுக்கூடையில் வாரி எடுத்து சுத்தம் செய்து முடிக்கவே வெகு நேரம் ஆகிவிட்டது.

''அம்மா, வீட்டுல அய்யா இருக்காரா?''

குரல் கேட்டு, ''யாரது?'' என்றாள் தனத்தின் அம்மா வடிவுக்கரசி.

''நான்தாம்மா கல்யாண தரகர் குணசேகரன்''

''ஓ ..., நீங்கதானா? இருக்காரு இருக்காரு. வாங்க உள்ளே''

''ஐயா நல்லா இருக்கீங்களா?'' கேட்டுக்கொண்டே வீட்டிற்குள் நுழைந்தார் தரகர் குணசேகரன்.

''ம்ம்ம் ... வாங்க தரகரே. என்ன பார்த்து நாளாச்சு?'' விசாரித்தபடியே நாற்காலியை கைகாட்டி குணசேகரனை உட்காரச் சொன்னார் வெள்ளையத் தேவன்.

''ஆமாங்கையா, நாம பாக்குற வேலை, ஒரே எடத்துல உட்கார்ந்து பாக்குற வேலைங்களா? நாலு எடம் அலைஞ்சாத்தானே நம்ம பொழப்பு ஓடும்''.

''அதுவுஞ் சரிதான், இந்தாங்க தண்ணிய குடியிங்க'' என்றபடியே தண்ணீர் கொண்டு வந்து கொடுத்தாள் வடிவுக்கரசி.

''ம்ம்ம் சரிசரி, வந்த விசயத்தை சொல்லுங்க?'' என்றார் வெள்ளையத் தேவன்.

''எல்லாம் நல்ல விசயந்தான். எத்தனையோ பேருக்கு நல்ல நல்ல வரன்களை அமைச்சு கொடுத்த எனக்கு, ஓங்க பொண்ணு விசயத்துல தான் பெரிய சங்கடமா போச்சி. எத்தனையோ வரன்களை கொண்டு

வந்தும், ஏதோ ஒரு காரணத்தால தள்ளி தள்ளி போயிடுச்சி. இப்போ எரமநாயக்கன்பட்டியிலிருந்து ஒரு சம்பந்தம் வந்திருக்கு. பையன் பார்க்க சுமாராத்தான் இருப்பான். பேங்குல கிளர்க் வேலை பார்க்குறான். கூட பொறந்தது ஒரே ஒரு தங்கச்சிதான். நீங்க போட்டோவ பார்த்துட்டு சரின்னு சொல்லிட்டீங்கன்னா மேற்கொண்டு பேசலாம்'' என்று சொல்லிவிட்டு தொண்டையை கணைத்துக்கொண்டார் குணசேகரன்.

''எங்கே கொடுங்க பாக்கலாம்'' என்று சின்னக் குழந்தையாட்டம் ஒடிப்போய் தரகரிடம் போட்டோவை வாங்கினாள் வடிவுக்கரசி.

''ஒண்ணும் அவசரமில்லை. பையனோட போட்டோவை பாத்துட்டு பொறுமையா சேதி சொல்லி விடுங்கோ. ஆப்புறமா நான் வந்து பார்க்கிறேன்'' என்று சொல்லிக்கொண்டு எழுந்து விட்டார் குணசேகரன்.

''இருங்க ஒரு கிளாஸ் காப்பி தண்ணி குடிச்சிட்டு போலாம்'' என்றார் வெள்ளையத்தேவன்.

''அதுக்கு என்ன? நம்ம வீடுதானே'' என்று சொல்லிவிட்டு நடையைக் கட்டினார் தரகர்.

தரகர் கிளம்பிச்சென்று நீண்ட நேரமாகியும் அவர் கொடுத்துச் சென்ற போட்டோவையே வெறித்து வெறித்து பார்த்துக் கொண்டிருந்தாள் வடிவுக்கரசி.

''என்னடி அந்த போட்டா படத்தையே அப்படி வெறிச்சி வெறிச்சி பாத்துகிட்டே இருக்கவோ'' கேட்டார் வெள்ளையத்தேவன்.

''ஒண்ணுமில்லை'' என்பது போல உதட்டைப்பிதுக்கியபடி தலையை ஆட்டினாள் வடிவுக்கரசி.

''ஏன்டி, ஒனக்காடி மாப்பிளை பாக்குறாக? புள்ளைகிட்ட காட்டுடி. கட்டிகப் போறவ அவதானே?'' அதட்டினார் வெள்ளையத்தேவன்.

''இந்த போட்டாவை அவ ஒண்ணும் பார்க்க வேணாம். மாப்பிள்ளை மூஞ்சிய எனக்கே புடிக்கலை. இந்த லச்சணத்துல எம்பொண்ணு வேற பார்த்து சொல்லணுமாக்கும்?'' அலுத்துக்கொண்டாள் வடிவுக்கரசி.

''இங்க பாருடி, அந்த பையனத்தான் கட்டிக்கணும்ன்னு ஒண்ணும் கட்டாயம் இல்லை. அம்மையும் மகளும் பாத்துட்டு புடிச்சிருக்குன்னா புடிச்சிருக்குன்னு சொல்லுங்க. இல்லைன்னா இல்லைன்னு சொல்லுங்க நீங்க என்ன சொல்லுறீங்களோ, அதை அப்படியே தரகர்கிட்ட சொல்லிப் போடுறேன்.'' என்றார் வெள்ளையத்தேவர்.

''ஆமா, அதுக்குன்னு யாரு எப்பிடியிருந்தாலும் எம்பொண்ணை கொடுத்துடுவேனாக்கும். எம்புள்ள நெறமென்ன? வடிவமென்ன? அழகென்ன அந்தஸ்த்தென்ன? ரதிமாதிரி புள்ளைக்கு இப்படி கருகருன்னு கருஞ்சட்டியாட்டம் மூக்கு வெடச்சிகிட்டு, கண்ணு துறுத்திகிட்டு இருக்குற பையன் மாப்பிள்ளையா? அது எவ்வளவு பெரிய எடமாயிருந்தாலும் வேணாங்கறேன்'' என்று நீட்டி முழங்கினாள் வடிவுக்கரசி.

''அப்பா'' என்ற குரல் தீனமாக கேட்கவும் சமயறகட்டிற்குள் நின்று அழைத்த தனத்தை நோக்கி, ''என்னம்மா?'' என்றார் வெள்ளையத் தேவன்.

''இப்ப தரகர் கொண்டு வந்திருக்கற மாப்பிள்ளையை பேசி முடிங்கப்பா. அவரு எப்படி இருந்தாலும் பரவாயில்லை, நான் கட்டிக்கறேன்'' என்று தீர்மானமாய் சொன்னாள் தனம்.

''அடியே, பையனோட போட்டாவைக் கூட பாக்காம எதை வச்சு சம்பந்தம் பேச சொல்றவோ?'' சீறினாள் வடிவுக்கரசி.

''அம்மா, நீ சும்மா இரும்மா. இதே மாதிரி ஒவ்வொரு தடவையும் வார மாப்பிள்ளையெல்லாம் என்னை வேணான்னு நிராகரிச்சிட்டு போறப்போ, அது எவ்வளவு பெரிய வலின்னு எனக்கு மட்டுந்தாம்மா தெரியும். வந்துட்டு போனவங்களுக்கும் என்னை வேணான்னு சொல்ல ஏதோ ஒரு காரணம் இருக்கத்தானே செய்தது? இப்ப இந்த மாப்பிள்ளை வேணான்னு நீ சொல்ற காரணத்துக்கும், என்னை வேணான்னு மத்தவங்க சொன்ன காரணத்துக்கும் என்ன வித்தியாசம் இருக்குன்னு சொல்லு பார்க்கலாம்? என்னை பார்க்க வந்த மாப்பிள்ளைங்க என்னை நிராகரிச்சு என்னை நோகடிச்ச மாதிரி, நான் ஒரு கொறை சொல்லி நிராகரிச்சு, இந்த மாப்பிள்ளை மனசை நோகடிக்க விரும்பலை. பெரியவங்க மூச்சுக்கு முண்ணூறு தடவை

சொல்லுவீங்களே, கல்லானாலும் கணவன், புல்லானாலும் புருஷன்னு. அதை நான் மனசுல வச்சுருக்கேன். எனக்கு மாப்பிள்ளையோட அழகு முக்கியமில்லை. மனசுதான் முக்கியம். என்னைய கட்டிகறவன் என்னை நல்லா வச்சு வாழ்ந்தா போதும்'' என்று தனம் பேசப்பேச பேச்சற்று சிலை போல் நின்றிருந்தனர் வெள்ளையத் தேவனும், வடிவுக்கரசியும்.

❖

நிலைக்கண்ணாடி

குளிர்ந்த நீரில் குளித்து விட்டு வந்ததால் உடம்பு வெடவெடத்தது. தலை மேல் துண்டை பரப்பி தலைமுடியை உலர்த்தியபடி 'உஷ்... உஷ்...' என்று காற்றை ஊதி குளிரின் தாக்கத்தை போக்க முயற்சி செய்தவாறே நிலைக் கண்ணாடி முன்னால் வந்து நின்றான் செழியன்.

அந்த கண்ணாடி தான் கடந்த பதினைந்து வருடங்களாக அவன் முகத்தை எடுத்துக் காட்டி அவனுக்குள் ஒரு நம்பிக்கையை வளர்த்துக் கொண்டிருந்தது.

நிலைக்கண்ணாடி கடந்த பதினைந்து வருடங்களில் தனது பொலிவை இழந்து பல இடங்களிலும் ரசம் மங்கிப்போயிருந்தது.

அந்த கண்ணாடியையும், தன் முகத்தையும் தினம் தினம் பார்த்துக் கொண்டேயிருப்பதால், அவனுக்கு இரண்டிலும் காணப்படும் வயது முதிர்ச்சிக்கான மாற்றங்கள் ஏனோ தெரியவில்லை.

அவன் சினிமா வாய்ப்புத் தேடி சென்னைக்கு வந்த போது அவனுக்கு ஒரு இருபத்து நான்கு வயது இருந்திருக்கலாம். சுருள் சுருளாக தலையை அலங்கரித்த முடியழகு, கொழுகொழுவென்று இருந்த கன்னம், சிரித்தால், அதில் விழும் சிறு குழி என பார்ப்பதற்கே அம்சமாக இருப்பான்.

"மாப்ள கோகிலா என்னை ஒரு மாதிரி பார்குறா மாப்பிள்ளை" துள்ளிக் குதித்தபடி ஆனந்தமாக சொன்னான் செழியன்.

"கோகிலா மட்டும் இல்லை மச்சி, நம்ம ஏரியாவுல இருக்குற நெறையப் பேருக்கு ஓம்மேல ஒரு கண்ணுதான். நீ தான் ஆளு அம்சமா, சினிமா நடிகன் மாதிரி இருக்கியே. அப்புறம் ஒன்னை பார்க்காம,

பொண்ணுக வேற யார பார்ப்பாங்க?" என்றான் கதிரேசன்.

"என்னடா கதிரேசா சொல்றே? என்னை பார்க்க சினிமா நடிகன் மாதிரியா தெரியுது?"

ஒனக்குத்தான் ஒன்னோட அருமை பெருமை தெரிய மாட்டேங்குது. இந்தா நானுந்தான் ஒன்னோடயே சுத்திகிட்டு திரியறேன். என்னை எந்த பொண்ணாவது ஏறெடுத்து பார்க்குறாளா பாரு? ஒரு நடிகனுக்கு வேண்டிய அத்தனை அம்சமும் உங்கிட்ட இருக்குடா. நான் என்ன பொய்யா சொல்றேன்?" என்றான் கதிரேசன்.

செழியனுக்கும் தான் ஒரு அழகன் என்கிற உணர்வு மனதளவில் இருந்தாலும், இது பற்றி வெளிப்படையாக நண்பர்களிடத்தில் பேசுவதற்கு கூச்சப் பட்டான்.

"காக்கைக்கும் தன் குஞ்சு பொன் குஞ்சு" என்று சொல்வார்களே, அது போல யாராயிருந்தாலும் அவரவர் மூஞ்சி அவரவர் கண்களுக்கு அழகாய்த்தானே தெரியும்? அதுபோலதான் தனக்கும் தெரிகிறதோ என்கிற சந்தேகமும் அவனிடம் இல்லாமல் இல்லை.

பள்ளிக்கூடப் படிப்பு பன்னிரண்டாம் வகுப்போடு முடிந்து போனது. இளமை முறுக்கும் சினிமா கிறுக்குமாக அலைந்தவனின் போக்கு அவன் தந்தை நாச்சிமுத்துவுக்கு சுத்தமாக பிடிக்கவில்லை.

செழியனின் தாய் மீனாட்சிக்கு தன் மகன் தான் உயிர்.

தன் மகன் தான் இந்த உலகத்திலேயே ஈடு இணையற்ற பேரழகன் என்கிற இறுமாப்பு.

"அடியே மாரி, ஏம் புள்ளைய என்னானுடி நெனச்சே? நான் சீமை தொரையை பெத்து வச்சிருக்கவடி. எம்ஜியார் மாதிரி இருக்க எம் மவனுக்கு பொண்ணு கொடுக்கறதுக்கு தகுதி வேணுமேடி. எந்த ஊரோ, எந்த நாடோ? எம்மவனுக்கு பொண்ணு கொடுக்க எத்தனை பேரு வரிசை கட்டி நிக்கப் போறாங்களோ? இவ வந்துட்டா சம்மதம் பேசிகிட்டு" என்று மீனாட்சி தன் மகனை தன் மகளுக்கு கட்டிக்கொடுக்கும்படி கேட்டு வந்த மாரியம்மாவை தெருவில் நின்று போட்ட கூப்பாடு அந்த ஊருக்கே

கேட்டிருக்கும். இது போல மீனாட்சி பேசுவதை பல முறை கேட்டிருக்கிறான் செழியன்.

அதுவரையில் எப்பவாவது ஒரு முறை கண்ணாடி முன் நின்று தனது முகத்தை பார்த்து தலைவாரிக்கொண்டவன், அதற்கு பின் அடிக்கடி முகம் பார்க்க கண்ணாடி முன் ஆஜரானான்.

முகம் வெள்ளையாக பளிச்சென்று தெரிய பல யுத்திகளை கையாண்டான். பின்னர் யாரோ ஒருவர் சொல்லி பேர் அண் லவ்லிக்கு மாறினான். ஒரு சின்ன டியூப் பேர் அண் லவ்லியே நாற்பத்தி ஆறு ரூபாய். ஒரு டியூப் வாங்கினால் எப்படியும் ஒரு மாதத்திற்கு சரியாய் இருக்கும். பேர் அண்டு லவ்லி தினமும் பூசிக்கொண்டால் இன்னும் சிவப்பாகி விடலாம் என்கிற நம்பிக்கை அவனுக்கு.

குளித்து முடித்து வந்து பேர் அண்டு லவ்லி பசையை கொஞ்சம் பிதுக்கி முகமெங்கும் சிறுசிறு புள்ளிகளாக வைத்து பிறகு முகம் முழுவதும் தேய்த்துவிட்டுப் பார்த்தால், முகம் வெள்ளை வெளேர் என்று மாறிப் போயிருக்கும். அதன் மேல் பவுடர் பூச்சு வேறு. முகம் வேறு லெவலுக்கு மாறி போயிருக்கும். அதுவே ஏதோ ஒரு வித கம்பீரத்தையும், வசீகரத்தையும் தந்து விட்டதைப் போன்ற உணர்வு பிறந்து விட்டிருக்கும். ஆனால் கை, கால், உடம்பு ஒரு நிறத்திலும், முகம் மட்டும் வேறொரு நிறத்திலும் இருக்கும்.

வயது முறுக்கு இருந்த நேரம் அது. ‘‘டேய் செழியா, ஒன்னோட ஒடம்புக்கும், உயரத்துக்கும் நீ மட்டும் டெய்லி ஜிம்மடிச்சேனு வச்சிக்கோ, சும்மா ஒடம்பு கும்முன்னு ஏறி, சிரஞ்சீவி மாதிரியும், விஷ்ணுவர்த்தன் மாதிரியும் ஆகிடுண்டா. அப்புறமென்ன, உன்னை பார்த்ததுமே சினிமாக்காரன் அள்ளிகிட்டு போயிருவான் பாரு’’ என்று வாசுதான் ஆசையைத் தூண்டினான்.

மாசம் இருபது ரூபாய் கட்டி ஜிம்மில் சேர்ந்துகொண்டான் செழியன். ஜிம்மில் ஒர்க் அவுட் பண்ணி முடித்ததும் கண்ணாடி முன் ஓடிப்போய் நின்று தனது கையின் பைசெப்ஸ், ட்ரைசெப்ஸ் எல்லாம் முறுக்கி தனது

உடலழகை பார்த்து பூரித்துவிட்டுத்தான் அடுத்த ஒர்க் அவுட்டிற்கு செல்வான்.

"அடடே, பரவாயில்லையே! வந்த ஒரு மாசத்திலேயே இவ்வளவு முன்னேற்றமா? நல்லா ஒடம்பை முறுக்கேத்தி வச்சிருக்க. சபாஷ்! ஒடம்பை நல்லா முறுக்கேத்து, சினிமாவுல சண்டைக்காட்சியில நடிக்க சேத்துக்குவாங்க. நேரம் நல்லா இருந்தா, வில்லனா நடிக்க கூட வாய்ப்புக் கிடைக்கும். விடாம ஒர்க் அவுட் பண்ணு" என்று ஜிம் மாஸ்டர் சொன்னது ஏனோ அவனுக்கு பிடிக்கவில்லை.

செழியன் தன்னை ஒரு கதாநாயகனாக கற்பனை செய்து வைத்திருக்கும் போது, சண்டை காட்சியில் நடிக்கறது, வில்லன் நடிகர் வேசம் போன்ற வார்த்தைகள் காதில் சுடு தண்ணீர் ஊற்றினாற் போல் எரிச்சலைத் தந்தது.

முதலில் ஒரு புள்ளியாய் தோன்றிய சினிமா மோகம் தன்மீதும், தன் உடல் மீதும் இருந்த நம்பிக்கையாலும், உற்றார், உறவினர், நண்பர்கள் என்று தன்னை சுற்றி இருந்தவர்கள் போட்ட தூபத்தாலும் ஒரு பெரிய விருட்சமாக வளர்ந்துவிட்டிருந்தது.

"மெட்ராஸ் போனாத்தான் சினிமாவுல சேரமுடியும்" என்று பட்டாளத்து பரந்தாமன் சொன்னதிலிருந்து மெட்ராஸ் போய்விட வேண்டும் என்கிற வெறி அவனுக்குள் கிளர்ந்துவிட்டிருந்தது. ஆனால் எப்படி போவது, அங்கே யாரை தெரியும்? என்கிற தயக்கம் அவனை தடுத்தது. தயக்கம், பயம் இவை யாவற்றையும் தகர்த்தெறியும் அளவிற்கான சினிமா வெறி, அவனை எந்த அளவிற்கும் முடிவெடுக்க தூண்டிக்கொண்டே இருந்தது.

வீட்டில் இருந்த பணம் ரூபாய் இரண்டாயிரத்தை அப்பாவிற்கு தெரியாமல் அபேஸ் செய்துகொண்டு இரவோடு இரவாக வீட்டை விட்டு சென்னைக்கு ஓடிவந்து பதினைந்து வருடங்கள் உருண்டோடிப்போய் விட்டது.

இந்த பதினைந்து வருடங்களில்தான் எத்தனை போராட்டம், எத்தனை அவமானங்கள், எத்தனை அலைக்கழிப்புகள்? இருந்தும் சினிமா மீது

இருந்த மோகம் மட்டும் இம்மியளவும் குறையாமல் அப்படியே இருந்தது.

தினமும் ஒரு சினிமா கம்பனியாவது ஏறி இறங்கினால்தான் செழியனுக்கு மனசு நிம்மதியடையும்.

"சார் டைரக்டரை பார்க்கணும் சார், வாய்ப்பு கேக்கணும் சார்"

"இன்னிக்கி டைரக்டரை பார்க்க முடியாது. போயிட்டு ரெண்டு நாள் கழிச்சு வாங்க தம்பி"

"சார் நடிக்கறதுக்கு சான்ஸ் கேட்டு வந்திருக்கேன் சார்"

"அட போப்பா, இங்க இருக்கறவங்க நடிக்கறதுக்கே படங்களை காணோம். இவரு புதுசா நடிக்க வந்துட்டாரு. போப்பா, வேற கம்பனியில போய் கேளு"

"சார், எனக்கு சினிமாவுல நடிகணும்கறதுதான் லட்சியம் சார். எனக்கு ஒரு வாய்ப்பு கொடுங்க சார். நல்லா நடிப்பேன் சார்"

"இப்போ இங்க ஏதும் வாய்ப்பு இல்லப்பா. இருக்கறப்போ சொல்லுறோம்"

இப்படி ஒவ்வொரு கம்பெனியிலும் வாசலிலேயே திருப்பி அனுப்ப ஒரு ஆளை வைத்திருந்தார்கள்.

அது லைட் பாயா, வாட்ச்மேனா, யாரென்றே தெரியாது. பதில் சொல்வார்கள் கேட்டுக்கொண்டு திரும்பிவிடுவான் செழியன்.

சில கம்பனியாட்கள் செழியனை நன்றாக தெரிந்துவைத்திருந்தார்கள்.

"ஏன் தம்பி, நீங்க நேத்துத்தானே வந்திங்க?"

"ஆமா சார்"

"நேத்தே என்ன சொன்னோம்"

"இப்ப ஏதும் வாய்ப்பு இல்லை. பின்னாடி வந்து பாருன்னு சொன்னிங்க சார்"

"பின்னாடி வந்து பாருன்னா, அடுத்த நாளே வந்து நிக்குற?"

என்று அவர்கள் கேட்கும்போது அவனுக்கு என்ன பதில் சொல்வதென்றே தெரியாது. மலுப்பலாக சிரித்துவிட்டு, ''சரிங்க சார், நான் இன்னொரு நாள் வந்து பாக்குறேன்'' என்று சொல்லிவிட்டு நகர்ந்துவிடுவான்.

வீட்டிலிருந்து எடுத்து வந்திருந்த பணம் ஒரு மாதத்திற்கு கூட வரவில்லை. வயிற்றுப் பாட்டிற்கு என்ன செய்வது என்ற நிலை வந்தபோது ஒரு ஹோட்டலில் வேலைக்கு சேர்ந்துகொண்டான். அந்த வேலையிலும் ஆறு மாதத்திற்கு மேல் நீடிக்க முடியவில்லை. ஹோட்டல் வேலையால் மூன்று நேரமும் வயிற்றுக்கு உணவு கிடைத்தது. ஆனால் சினிமாவில் வாய்ப்புத் தேட நேரம் கிடைக்கவில்லை.

சனி ஞாயிறு மட்டும் சில நாள் அனுமதி பெற்று சினிமாக்கம்பனி பக்கம் சென்று வாய்ப்புத்தேடி அலைந்தான். பின்பு அது சரிபட்டு வரவில்லை என்பதால் ஹோட்டல் வேலைக்கு முடிவு கட்ட எண்ணியவன் அடுத்த வேலை தேடி அலைந்தான். ஒரு நிறுவனத்தில் இரவு காவலாளி வேலைக்கு ஆள் தேவை என்பதை அறிந்துகொண்டு அங்கு போய்ச் சேர்ந்து கொண்டான்.

அவர்கள் கொடுத்த சம்பளம் மூன்று வேலை சாப்பாட்டிற்கு சரியாக இருந்தது. தங்குவதற்கு என்ன செய்வது? இரவு நேரத்தில் தானே வேலை, பகல் முழுவதும் சினிமா வாய்ப்பு தேடித்தானே அலையப் போகிறோம். நமக்கு எதற்கு தனியா ஒரு ரூம்? என்று எண்ணியவன் தனது இருப்பிடத்தையும் அந்த நிறுவனத்திற்கே மாற்றிக்கொண்டுவிட்டான். அங்கிருந்த ஒரு சிறிய ஸ்டோர் ரூம் தான், அவனுக்கான பங்களா ஆகிப்போனது.

இரவு முழுவதும் காவல் காக்கும் காவலனாகவும், பகல் முழுவதும் வாய்ப்புத் தேடும் ஆர்வலனாகவும் காலம் ஓட ஆரம்பித்தபோது தான் வீட்டை பற்றியும், பெற்றோர்கள் உறவினர்கள் பற்றியும் நினைப்பு வந்தது.

அம்மா அப்பா முகத்தைப் பார்க்க வேண்டும் போல் இருந்தது. தன்னை பார்க்காமல் தனது தாய் ஏங்கிப் போயிருப்பாளே என்கிற கவலை பிறந்தது. இருந்தும், எதையும் சாதிக்காமல் அவர்கள் மூஞ்சியில் எப்படி

விழிப்பது என்கிற தயக்கம் இருந்ததால் ஊருக்கு செல்லும் எண்ணத்தை தவிர்த்துவிட்டான்.

"வாங்க நண்பா, என்ன வாய்ப்பு தேடி வந்தீங்களா?"

ஆமாம் என்பது போல் தலையாட்டினான் செழியன்.

ஒரு பிரபலமான சினிமா கம்பனியின் முன் நிகழ்ந்தது அந்த அறிமுகம்.

"என்னோட பேரு முருகன். சொந்த ஊரு வந்தவாசி. நானும் சினிமா வாய்ப்பு தேடித்தான் வந்திருக்கேன்" என்றான் அந்த புதிய மனிதன்.

செழியனும் தன்னை அறிமுகம் செய்துகொண்டான்.

"நீங்க என்ன ஆசையோடு வந்தீங்க நண்பா" முருகன் தான் கேட்டான்.

"நடிகனாகணும்னுதான் வந்தேன்"

"ஓ நடிப்பா? நமக்கு அது செட்டாகாது. எனக்கு டைரக்சன்ல தான் இன்ட்ரெஸ்ட். பாரதிராஜா, பாக்கியராஜ் போன்ற பெரிய பெரிய இயக்குநர்களெல்லாம் நம்மள மாதிரி ஒரு வேகத்துல வீட்டை விட்டு ஓடி வந்தவங்கதான். நிச்சயமா ஒரு நாளைக்கு ஜெயிப்போம். அது வரைக்கும் நம்பிக்கை இழந்துவிடக் கூடாது" என்று ஒரு ஆசான் போல பேசினான் முருகன். முதல் சந்திப்பிலேயே முருகனை பிடித்துப்போய்விட்டது செழியனுக்கு.

"நீங்களும் பார்க்க அசத்தலாத்தான் இருக்கீங்க நண்பா. உங்களுக்கு நடிக்க சான்ஸ் கெடைக்காம வேற யாருக்கு கெடைக்கும்? நீங்க முயற்சி பண்ணி நடிக்க வாய்ப்பு வாங்குங்க. முடியலையா, காத்திருங்க. நான் டைரக்டராகி உங்கள யூஸ் பண்ணிக்கிறேன்" என்று அன்று முருகன் சொன்னது மனதுக்கு ஆறுதலாக இருந்தது.

கொஞ்ச நாட்களிலேயே செழியனும் முருகனும் நெருங்கிய நண்பர்களாகி விட்டிருந்தனர். தனது அறையிலேயே முருகனையும் தங்க வைத்துக் கொண்டான் செழியன். சலிப்பு தட்டும் போது ஒருவருக்கொருவர் ஆறுதல் சொல்லிக்கொண்டனர். வாய்ப்பு தேடி

ஒன்றாகவே கம்பனிகளின் படிகளில் ஏறி இறங்கினார்கள். ஆனால் இருவருக்கும் வாய்ப்பு கிடைப்பதாகத் தெரியவில்லை.

இப்படியே நான்கு ஆண்டுகள் நகர்ந்துவிட்டன. செழியனை விட முருகன் கொஞ்சம் அதிர்ஷ்டசாலியாகத்தான் இருந்தான். அவனுக்கு ஒரு இடத்தில் அசிஸ்டண்ட் டைரக்டராக வேலை கிடைத்துவிட்டது.

சந்தோஷத்திற்கு சொல்லவும் வேண்டுமா? வானத்திற்கும் பூமிக்கும் குதித்துக்கொண்டிருந்தான் முருகன்.

"கவலைப்படாத நண்பா. நான் உள்ளே நுழையிறதுக்கு ஒரு சின்ன வழி கிடைச்சிருச்சி. இதை வச்சே உன்னையும் உள்ளே கூட்டிகிட்டு போயிடுறேன்" என்று செழியனுக்கு நம்பிக்கையூட்டினான் முருகன்.

நண்பனுக்கு கிடைத்த வாய்ப்பை எண்ணி சந்தோஷப்படுவதா, தனக்கான வாய்ப்பு தள்ளிப்போவதை நினைத்து வருத்தப்படுவதா என்று குழம்பிய செழியன், முருகனுக்கான இந்த அங்கீகாரம் தனக்கானது என்று எண்ணி சந்தோஷமடைந்தான்.

கிளாப் அடிப்பதற்காக சேர்த்துக்கொள்ளப்பட்டிருந்தான் முருகன். முருகனின் தயவால் தான் முதன் முதலாக படப்பிடிப்பை நேரில் பார்த்தான் செழியன்.

கேமரா, மாணிட்டர், லைட்டிங்ஸ், செட்டிங்ஸ், துணை நடிகர்கள், துறுதுறுவென்று அங்குமிங்குமாய் ஓடிக்கொண்டிருந்த படப்பிடிப்பு குழு என அந்த இடத்தை பார்த்து மெய் மறந்து போய் நின்றிருந்தான் செழியன். நடிகர் நடிகைகளுக்கு கிடைத்த மரியாதை கண்டு அசந்து போனான். தானும் ஒரு நாள் இப்படி கொண்டாடப்படுவோம் என்று மனதுக்குள் எண்ணிக்கொண்டான்.

முருகன் நாளுக்கு நாள் முன்னேற்றப் பாதையில் பயணித்துக் கொண்டிருந்தான். உதவி இயக்குநர் நிலையில் கிளாப் அடிக்க சேர்ந்தவன், கதை இலாக்காவிற்கும், பின் இணை இயக்குநராகவும் உயர்ந்துவிட்டான். "ஊதுவத்தி", "உச்சிவெயில்" ஆகிய இரண்டு படங்களில் செழியன் சிறு சிறு வேடங்களில் நடிக்க வாய்ப்பை பெற்றுத் தந்ததும் முருகன்தான்.

முருகனுக்கு முதன்முதலாக ஒரு படத்தை இயக்கும் வாய்ப்பு கிடைத்தது. இந்த உலகமே அவர்களது காலடிக்கு கீழே வந்துவிட்டதை போன்று நினைத்து மகிழ்ந்தனர் நண்பர்கள் இருவரும்.

"நீ சாதிப்பே நண்பா. எனக்கு அந்த நம்பிக்கை இருக்கு" என்று முருகனை வாழ்த்தினான் செழியன்.

"நீ என்கூட இருக்கற வரைக்கும் எனக்கு என்ன கவலை" என்றான் பதிலுக்கு முருகன்.

இளம் கன்று பயம் அறியாது என்ற கதைதான். முதல் படம், கொஞ்சமும் முன் திட்டமில்லாது அடி எடுத்து வைத்துவிட்டான் முருகன்.

தயாரிப்பு நிர்வாகத்திலும் பல குளறுபடிகள். படத்திற்கு ஒதுக்கிய முழு தொகையும் செலவு செய்த பின்னும் பாதி படத்திற்கு மேல் எடுத்து முடிக்கப்படாமல் பாதியில் நின்றது.

அது அதிர்ஷ்டமா துரதிர்ஷ்டமா என்று விழி பிதுங்கி நின்றான் முருகன்.

முருகன் கொடுத்த அறிவுரையின் பேரில்தான், ஏழு வருடங்கள் கழித்து தனது சொந்த ஊருக்கு பயணமானான் செழியன். சினிமாவில் இருப்பவன் நீண்ட நாட்களுக்குப் பின் ஊரில் போய் இறங்கும் போது சாதாரணமாக போகலாமா?

கடன் வாங்கிய பணத்தில் ஜீன்ஸ், டீ சர்ட், கூலிங் கிளாஸ், ஷூ என்று சினிமாக்காரன் தோரணையோடு ஊரில் சென்று இறங்கியபோது, ஊரே கூடி வேடிக்கை பார்த்தது செழியனை.

இரண்டு படங்களில் சிறு சிறு வேடத்தில் நடித்திருந்தாலும், ஏதோ அதில் அவன் கதாநாயகனாக நடித்ததைப் போல தற்பெருமை அடித்துக் கொண்டான்.

"டேய் செழியா, சினிமாவுல பெரிய ஆளா ஆயிட்டேன்னு சொல்லி எங்களையெல்லாம் மறந்துடாதடா" கோரிக்கை வைத்தான் கதிரேசன்.

வாசலில் மகனை நிற்கவைத்து ஆரத்தி எடுத்து கண்திட்டு கழித்து வீட்டிற்குள் அழைத்துக்சென்றாள் தாய் மீனாட்சி. வீட்டின் முன் ஒரு நடிகனை பார்க்கிற ஆர்வத்தில் ஊரே கூடிவிட்டது.

''நான் என்னோட 'பர்ஸ்ட் படத்துல புக் ஆன ஒடனேயே செகண்ட் படத்துக்கு புக்காயிட்டேன் அண்டு என்னோட நடிப்பை பார்த்துட்டு டிரக்டர் சாரே வியந்து போய் பாராட்டினாரு அண்டு'' என்று நடிகைகளின் ஆங்கிலத்தில் தான் ஊரில் பார்ப்பவர்கள் பேசுபவர்கள் என்று அனைவரிடமும் பீலா விட்டான் செழியன்.

தன் மகன் நடிகன் ஆனானோ இல்லையோ, ரொம்ப நாள் கழிச்சி வீடு வந்து சேர்ந்தானே என்கிற மகிழ்ச்சி, மீனாட்சியம்மாளுக்கும் நாச்சிமுத்துவிற்கும்.

செழியன் என்னதான் சினிமாக்காரன் வேசம் போட்டுக் கொண்டாலும் அவன் தந்தை நாச்சிமுத்துவிற்கு, தங்களது பையன் சென்னையில் கஷ்டப்பட்டு வாழ்க்கையை தள்ளுகிறான் என்கிற உண்மை புரிந்து விட்டிருந்தது.

''நீ நடிகனாகு இல்லை நாசமா போ. அதைப் பத்தி எனக்கு கவலை யில்லை. பணம் இல்லைன்னா தயங்காம ஒரு கடுதாசி போடு. பெத்த பாவத்துக்கு காசு அனுப்பி வைக்கிறேன்'' என்று சொல்லியதோடு, நெல்லு வித்த பணம் பத்தாயிரத்தை எடுத்து வந்து மகனின் கையில் வைத்து திணித்துவிட்டு, ''எங்க இருந்தாலும் ஒடம்பை பாத்துக்கோ'' என்று சொன்ன போது அவர் கண்கள் லேசாக கலங்கியிருந்தது.

அவனது சினிமா ஆசை என்பது முட்டாள் தனமானது என்று உணர்ந்திருந்த நாச்சிமுத்து, ஆரம்பத்தில் புத்திமதிகளை சொன்னவர்தான். அவன் என்று வீட்டைவிட்டு ஓடிப்போகும் அளவிற்கு துணிந்துவிட்டானோ, இனி என்ன சொன்னாலும் அவனது மண்டையில் ஏறாது என்று அவன் போக்கில் விட்டுவிட்டார்.

ஏழு வருடங்களுக்கு பின் தனது வீட்டு நிலைக்கண்ணாடி முன் நின்று தன் உருவத்தை உற்றுப்பார்த்தான் செழியன். அதில் நிறைய மாற்றங்கள்

தெரிந்தது. அது அவனது முகத்திற்கு வயதான தோற்றத்தை கொடுத்தாலும், அது தான் தனது கதாநாயக பிரவேசத்திற்கு சாதகமான அம்சம் என்று தனக்குத்தானே சமாதானம் சொல்லிக்கொண்டான்.

''தம்பி, நீ ஏதோ படம் நடிச்சேன்னு சொன்னியே, அந்த படத்துல எங்கடா ஒன்னோட மூஞ்சியையே காணோமேடா?'' பக்கத்து வீட்டு ஆறுமுகம் தான் கேட்டான்.

''அண்ணே, ''ஊதுவத்தி'' படம் பாத்தியாண்ணே? அதுல அந்த டீக்கடை சீன் வருமே. அதுல நாலைஞ்சு பேரு உட்கார்ந்து டீ குடிக்கிற மாதிரி காட்டுவாங்க பார்த்தியா? அதுல நானும் ஒருத்தன். இந்த ''உச்சிவெயில்'' படம் பார்த்தியானா, அதுல ஷேவிங் கடையில் உட்காந்து ஒருத்தன் முடி வெட்டிக்கற மாதிரி காட்டுவாங்களே, அது நான்தான்'' என்று செழியன் சொன்ன பின்னாடிதான் ஆறுமுகத்திற்கு அந்த படத்தின் காட்சிகளும், செழியனின் முகமும் நினைவுக்கு வந்தது.

தன் மகனின் முகத்தோற்றமும், முகவாட்டமும் வேதனையை தந்தது மீனாட்சிக்கு. தன் மகன் நிரந்தரமாக தங்களை விட்டு பிரிந்து போவானோ என்கிற கவலை ஒரு புறம். இப்படி நல்ல சோறு தண்ணியில்லாம உடம்பு இளைத்தும் கறுத்தும் போனானே என்கிற கவலை மறுபுறம்.

''என் சாமி, என் ராசா, என்னையா இப்படி எளச்சிபோயிட்டே? நீ சினிமாவுக்கே போ வேணாங்கலை. ஆனா அம்மா சொல்றேன், என் தம்பி மகோ பரிமளாவை கலியாணஞ்செஞ்சு கூட்டிகிட்டு போ ராசா. ஒனக்கும் வயசு ஆகியிட்டே போவுதுல்ல'' என்று மகனின் தோளில் கைவைத்து பரிவுடன் கேட்டாள் மீனாட்சி.

''ஏம்மா, அங்க நானே வாய்ப்புத்தேடி சிரமப்பட்டுகிட்டு கெடக்குறேன். இதுல கலியாணத்தை பண்ணி ஒரு பொண்ணையும் கூட்டிகிட்டு போயி சிரமப்படுத்தணுமாக்கும். பொறும்மா, எப்படியும் இன்னும் ரெண்டு வருசத்துல நல்லது நடக்கும். அதுக்கு பின்னாடி கல்யாணம் செஞ்சிக்கறேன்'' என்று தனது அம்மாவிற்கு ஆறுதல் சொன்னான் செழியன்.

''ஒன்னோடு சேர்த்து பழகிய பசங்கள் எல்லாம் கலியாணம்

காட்சியின்னு பண்ணி ரெண்டு மூணு புள்ளைகளுக்கு தகப்பன் ஆகிட்டாங்கடா. நீ இன்னமும் ஒத்தையா இருக்கியேடா. எனக்கு மட்டும் பேரப்பிள்ளை களை கண் குளிர பார்க்கணும்னு ஆசை இருக்காதா?'' என்று அவன் தாய் சொன்னது காதுகளில் ஒலித்துக்கொண்டேயிருந்தது.

முருகன் பல இன்னல்களுக்கு இடையிலும் தனது போராட்டத்தை நிறுத்திக் கொள்ளவில்லை. வெட்டவெட்ட தழைக்கும் மரம் போன்று எழுந்து நின்றான்.

முருகன் இரண்டு படங்களை இயக்கி முடித்து விட்டிருந்தான். மூன்றாவது படம் பண்ணுவதற்கான ஒப்பந்தம் செய்திருப்பதாக செய்திகள் உழாவின.

முருகன் அசோசியேட் டைரக்டர் ஆன உடனேயே தனியாக இடம் பார்த்துக்கொண்டு சென்றுவிட்டான். அவனது முதல் படத்தில் வாய்ப்பு கேட்ட போது, ''செழியா, இப்ப நான் பண்ண போறது லோ பட்ஜட் படம். ஒனக்கெல்லாம் மாஸ் படம் தான் செட்டாகும். அடுத்த படத்துல நிச்சயமா ஒனக்கு வாய்ப்பு தாறேன். அது மட்டுமில்லாது இந்த படத்தோட புரடியூசர் ஏற்கனவே ஒருத்தரை ஹீரோவா புக் பண்ணிட்டார்'' என்று சொல்லி விட்டான்.

இரண்டாவது படத்திற்கும் ஏதேதோ காரணங்கள் இருந்தன செழியன் இடம்பெறாமல் போனதற்கு.

முதல் இரண்டு படங்களில் தனக்கு வாய்ப்பு கொடுக்காதவனா, மூன்றாவது படத்திற்கு வாய்ப்பு தரப்போகிறான்? என்ற அவநம்பிக்கையோடுதான் முருகனை தேடிச்சென்றான் செழியன்.

முருகனை பார்ப்பதே சிரமமான காரியமாக இருந்தது. முருகன் சாதாரண ஆளா? பிரபல இயக்குநர் அல்லவா? ஏகப்பட்ட தடைகளை தாண்டியே சந்திக்க முடிந்தது.

''வா செழியா எப்படி இருக்கே? '' என்று முகம் மலர வரவேற்றான் முருகன்.

''நல்லா இருக்கேன் நண்பா, நீ எப்படி இருக்க?''

''நல்லா இருக்கேன் சொல்லு, என்ன சாப்பிடுறே?''

''அதெல்லாம் ஒண்ணும் வேணாம், ஒரு முக்கியமான விஷயமா பேசிட்டு போலான்னுட்டு வந்தேன்.''

''என்னான்னு சொல்லு நண்பா?''

''உன்னோட அடுத்த படத்துல நீ ஏற்கனவே சொல்லியிருந்த மாதிரி எனக்கு ஹீரோ வாய்ப்பு கொடுப்பேன்னு எதிர்பார்த்து வந்தேன். நான் உன்னை தான் நம்பிட்டு இருக்கேன்'' என்று சொல்லிவிட்டு முருகனின் முகத்தை ஏறிட்டான் செழியன்.

''நண்பா, சொல்றேன்னு தப்பா நினைக்காதே. ஒரு படத்துல ஹீரோவா போடுற அளவுக்கு இப்ப நீ இல்லை. வேணுன்னா ஒண்ணு செய்யலாம். கதாநாயகியோட அண்ணன் கேரக்டருக்கு ஒரு ஆளு வேணும். அதுக்கு வேணுன்னா ஒன்னை யூஸ் பன்னிக்கிறேன். ஓகேயா?'' என்றான் முருகன்.

''இல்லை நண்பா, வேற ஒரு இயக்குநர் படத்துல நீ எனக்கு சின்ன சின்ன ரோல் வாங்கி தந்தே, அதுல நான் கௌரவம் பார்க்காம பெருமையோடு தான் நடிச்சேன். ஆனா என்னோட நண்பன் படத்துல ஹீரோவா நடிப்பேன்ங்கிற நம்பிக்கையை மனசுல வளத்துட்டேன். இனி உன்னோட படத்துல கேரக்டர் ரோல் பண்ணினா அது என் மனசாட்சியை உறுத்தும். பரவாயில்லை நான் காத்திருகேன்'' என்று சொல்லிவிட்டு அங்கிருந்து விடைபெற்றுக் கொண்டான் செழியன்.

செழியனுக்கு முருகனின் வார்த்தைகள் தன்னை அவமானப்படுத்தி விட்டதாக தோன்றியது. அந்த கணமே செத்துவிடலமா என்பது போல் மனது வலித்தது.

''அதற்காக செத்துவிடமுடியுமா என்ன? முருகன் சொல்லிவிட்டால் எல்லாம் முடிந்துவிடுமா? அவன் யார் என்னை தீர்மானிப்பதற்கு. நான் ஹீரோவா இல்லையா என்பதை படம் பார்க்கும் மக்கள் தானே தீர்மானிக்க வேண்டும்?'' என்று அவன் மனம் புழுங்கியது.

"இதே வாய் தானே என்னை கதாநாயகன் மாதிரி இருக்கேன்னு சொல்லிச்சு? அவன் முன்னாலேயே நானும் கதாநாயகனாகிக் காட்டுறேன். அவனை வாய்ப்பு தேடி என் பின்னால் அலைய வைக்கிறேன். யானைக் கொரு காலம் வந்தா, பூனைக்கொரு காலம் வராமலா போய்விடும்'' என்று தனது அறை வந்து சேரும் வரை தனக்குள்ளேயே பேசிக்கொண்டே வந்தான் செழியன்.

வெங்கடேசன் என்கிற புதிய மனிதன் அவனுக்கு சமீபத்தில் அறிமுகமாகி யிருந்தான். சினிமா தேடலில் எது கிடைக்கிறதோ இல்லையோ? நட்பிற்கு மட்டும் பஞ்சமே இருப்பதில்லை.

வெங்கடேசன் சினிமாவில் இயக்குநர் ஆகவேண்டும் என்கிற வேட்கையில் உதவி இயக்குநர் வாய்ப்பு தேடி அலைபவன். தற்போது செழியனோடு வெங்கடேசன் சேர்ந்துகொண்டு, ஒவ்வொரு சினிமா கம்பனியாக ஏறி இறங்கி வாய்ப்பை தேடி அலைந்தார்கள். "கவலையை விடுங்க பாஸ். எனக்கு மட்டும் வாய்ப்பு கிடைக்கட்டும். உங்களை வச்சு நான் படம் பண்றேன்'' என்று நம்பிக்கை கொடுத்தான் வெங்கடேசன்.

இரவு நேரம் முழுவதும் இரவுக் காவலன் வேலை. பகல் பொழுது முழுவதும் சினிமா வாய்ப்பு தேடல் என்று ஓடியதால் தூக்கம் தொலைந்து போனது. இரவு நேரக் காவலுக்கிடையில் ஓரிரு மணி நேரம் தூக்கம், பகல் பொழுதில் ஓரிரு மணி நேர தூக்கம் என்று ஒரு நாளைக்கு நான்கு ஐந்து மணி நேர தூக்கம்தான் வாய்த்தது.

தூக்கம் தொலைத்ததாலேயே உடல் மெலிந்து, தலைமுடியை இழந்து ஏறிய நெற்றியோடும், ஒட்டிப்போன கன்னங்களோடும் பொலிவிழந்து தோற்றமளித்தான் செழியன். குளிர்ந்த நீரில் குளித்து முடித்து வந்தவன் ரசம் போன நிலைக் கண்ணாடி முன் நின்று தனது கேசத்தை சீப்பு கொண்டு வாரிக்கொண்டான். பேர் அண்டு லவ்லி எடுத்து முகமெங்கும் புள்ளி புள்ளியாக அப்பி, பின்பு முகம் எங்கும் தேய்த்து விட்டுக் கொண்டவன், பவுடர் போட்டுக்கொண்டான். முகம் சப்பையாக இருந்தாலும் பளிச்சென்று வெள்ளையாக மாறிப்போயிருந்தது.

"பாஸ் கௌம்பி வாங்க, மெஸ்ஸில் லேட்டாய் போனா டிபன்

கெடைக்காது. சட்டுபுட்டுன்னு சாப்பிட்டுட்டு கெளம்புவோம். இன்னிக்காவது எங்காவது வாய்ப்பு கிடைக்குதா பார்ப்போம்'' என்று முன்னாடியே கிளம்பி தயாராய் இருந்த வெங்கடேசன் அவசரப்படுத்தினான்.

''கொஞ்சம் பொறு தம்பி, இந்தா கெளம்பிட்டேன்'' என்று சொன்னபடி கண்ணாடியில் தனது முகத்தைப் பார்த்து ரசித்துக்கொண்ட செழியனின் கண்களுக்கு இன்னும் அவன் கதாநாயகனாகத்தான் காட்சி தந்து கொண்டிருந்தான்!

பல வருடங்களாக தொடர்ந்து செழியனின் முகத்தை அவனுக்கு காட்டிக் கொண்டிருக்கும் அந்த கண்ணாடி, ரசம் போனாலும் நம்பிக்கையோடு தன் எஜமானனின் பிம்பத்தை பிரதிபளித்து கொண்டேதான் இருந்தது. அது அதுவாகவே தான் இருந்தது. சினிமா வாய்ப்பு தேடி செல்லும் அவனை அது தோழமையுடன் பார்ப்பதாகவே அவனது உள்ளுணர்வு சொல்லியது. ''எம். ஜி. ஆர். நாறப்பது வயதுலதான் ஜெயிச்சார். நம்பிக்கையை இழக்காதே'' என்று கண்ணாடி, அவன் முன் கண் சிமிட்டி நம்பிக்கையூட்டுவதாய் தோன்றியது.

தெருவில் இறங்கி நடந்தபோது ''நினைத்ததை நடத்தியே முடிப்பவன் நான் நான் நான் ...'' எனும் தலைவர் பாடல் டீ கடையில் பாடிக் கொண்டிருந்தது என்னவோ அவனுக்காகவே ஒலிபரப்பப்பட்ட பாடல் போல இருந்தது.

❖

அரங்கேற்றம்

விடிந்தும் விடியாததுமாக மூஞ்சியை உம்மென்று வைத்துக் கொண்டிருந் தாள் கல்யாணி. அவளுக்கு தன் மகள் ரேவதி செய்வது சரியாகப் படவில்லை. தோளுக்கு மேல் வளர்ந்துவிட்டதால்தான் சொன்ன பேச்சை கேட்ப தில்லை என்கிற அங்கலாய்ப்பு அவளுக்கு.

''ஏம்மா இப்படி காலங்காத்தால மூச்சிய தூக்கி வச்சிட்டு இருக்கே? ஒன்னை பார்த்தா எனக்கு ஒரு மாதிரி இருக்கு?'' என்றாள் ரேவதி.

''எம்மூஞ்சி, நான் எப்படியோ வச்சிட்டுப் போறேன். ஒனக்கென்னடி வந்துச்சு?'

''ஆமாம்மா, மூஞ்சி என்னவோ ஒன்னோடதுதான், ஆனா அதை நாங்கதானே பார்க்க வேண்டியிருக்கு.''

''வளந்துட்டா, அறிவு வந்திருச்சின்னு அர்த்தமோ? என்னிக்கா இருந்தாலும் பெரியவங்க பேச்சை மதிக்கற புள்ளைங்கதான்டி நல்லா இருக்குங்க. நீ அத மொதல்ல தெரிஞ்சுக்கோ.''

''இந்தா பாரும்மா, இன்னிக்கு ஒன்னோட சரிக்கு சரி சண்டை போட எனக்கு நேரமில்லை. எனக்கு முக்கியமான வேலை இருக்கு. சாயங்காலமா உட்கார்ந்து சாவகாசமா சண்டை போட்டுக்கல்லாம்'' என்று, கல்யாணியின் கன்னத்தை ஒற்றி முத்தம் வைத்துவிட்டு, டவலையும் பிரஷ்ஷையும் எடுத்துக்கொண்டு குளியலறைக்குள் ஓடினாள் ரேவதி.

கல்யாணியின் கணவன் சுந்தரேசன் இரண்டு வருடத்திற்கு முன் நெஞ்சு வலியால் இறந்து போனார்.

ரேவதிதான் வீட்டிற்கு மூத்த பெண். கல்லூரியில் இரண்டாமாண்டு படித்துக்கொண்டிருந்தாள். கடைக்குட்டி காவியா பதினோறாம் வகுப்பு படித்துக்கொண்டிருந்தாள். இரண்டு குழந்தைகளையும் இரண்டு கண்களாக வளர்த்து வந்தனர் கல்யாணியும் சுந்தரேசனும்.

சுந்தரேசன் ஒரு தனியார் பஞ்சு ஆலையில் சூப்ரவைசராக வேலை செய்து வந்தார். அந்த வருமானத்தைக் கொண்டு, தனது குடும்பத்தை குறையில்லாமல் பார்த்துக்கொண்டார்.

''இங்க பாரு கல்யாணி, நாம எவ்வளவு கஷ்டப்பட்டாலும், அது நம்மோடு போகட்டும். நம்ம பொண்ணுகளை கண்கலங்க வச்சிடக்கூடாது. நம்ம சக்திக்கு தக்க அதுகளை படிக்க வைப்போம். பெரியவளை ஒரு புரபஸராகவும், சின்னவளை டாக்டராவும் ஆக்கிடணும். இதுக்கெல்லாம் அந்த ஆண்டவன்தான் துணை நிற்கணும்'' என்று தன் மனைவிடம் பலமுறை சொல்லியிருக்கிறார் சுந்தரேசன்.

அவர் சொன்ன வார்த்தைகள் கல்யாணியின் மனதில் பசுமரத்து ஆணி போல் பதிந்து விட்டிருந்தது.

சுந்தரேசன் ஆசைப்பட்டது போலவே, ரேவதியும் சரி, காவியாவும் சரி, படிப்பில் படு சுட்டிகள். அப்பா அம்மா மீது அதிக பாசமும் பக்தியும் கொண்ட பிள்ளைகள்.

''சார், நானும் எத்தனையோ பசங்களை பார்த்திருக்கேன், பாடம் சொல்லிக் கொடுத்திருக்கேன். ஆனா, நம்ம ரேவதி போல ஒரு அறிவான, அமைதியான, அடக்கமான பொண்ணை நான் பார்த்ததே இல்லை சார். நான் ஏதோ முக ஸ்துதிக்காக இதை சொல்றேன்னு நெனச்சுக்காதீங்க. ஒங்க பொண்ண பாக்குற ஒவ்வொரு முறையும், எனக்கு இப்படி ஒரு பொண்ணு இல்லையேன்னு ஏக்கமாத்தான் இருக்கும். நீங்க உண்மையிலேயே கொடுத்து வச்சவர் சார். ஒரு நாள் இல்லை ஒரு நாள் ஒங்க பொண்ணு பெரிய ஆளா வருவா பாருங்க'' என்று ரேவதியின் பள்ளி ஆசிரியர் சுந்தரேசனிடம் சொன்னதை அன்று முழுவதும் கல்யாணியிடம் சொல்லிச் சொல்லி பூரித்துப்போனார் சுந்தரேசன்.

ரேவதி எப்படியும் படித்து முடித்து ஒரு பெரிய வேலையாய் தேடிக் கொண்டு தங்களை எப்படியும் கௌரவப்படுத்திவிடுவாள் என்கிற நம்பிக்கை கணவன் மனைவி இருவருக்குமே இருந்தது.

காவியாவிற்கு ஏதாவது பாடத்தில் சந்தேகமென்றாலும் தனது அக்கா விடம் தான் கேட்டு தெளிவுபடுத்திக்கொள்வாள்.

சின்ன பொண்ணும் வகுப்பில் முதல் மாணவியாக எல்லாப்பாடத்திலும் தேறிவிடுவாள். அவள் மருத்துவப்படிப்பிற்கு தேர்வாகிவிடுவாள் என்கிற நம்பிக்கை பெற்றவர்களுக்கு மட்டுமில்லை, அவள் படித்த பள்ளி முழுமைக்கும் அதே நம்பிக்கைதான்.

''அம்மா, இன்னிக்கும் மத்தியானத்துக்கு தயிர் சாதம்தானா? என்னோட பிரண்ட்ஸெல்லாம் ஒவ்வொரு நாளைக்கு ஒரு சாப்பாடுன்னு விதவிதமா கொண்டு வருவாங்க தெரியுமா?'' என்று ஒரு முறை ஏக்கத்தோடு கேட்டு விட்டாள் காவியா.

''ஏ ... காவியா, என்னடி பேசுற? ஒனக்காவது அம்மா தயிர் சாதம் கட்டிக் கொடுத்து அனுப்புறாங்களேன்னு சந்தோஷப்படு. ஒன்னைப் போல எத்தனையோ புள்ளைங்க அதுக்குக் கூட வழியில்லாமத்தான் பள்ளிக் கூடத்தில் கொடுக்கற மதிய சாப்பாட்டை சாப்பிட்டுகிட்டு படிக்கறாங்க. அவங்க கஷ்டத்த நீ யோசிச்சு பாத்தியா? என்னிக்காவது சாப்பாட்டு தட்டை கையில ஏந்திகிட்டு வரிசையில நின்னிருக்கியா? ஒரு நாள், ஒரே ஒரு நாள், நீ அவங்களோட போயி நின்னு பாரு. அப்போ தெரியும் அவங்களோட கஷ்டம்'' என்று தங்கையை கடிந்துகொண்டாள் ரேவதி.

''ஏம்மா, அவோ என்ன வேணும்னா கேட்டா. அது பாவம் கொழந்தை. ஆசைப்பட்டதை கேட்டுட்டா. எனக்குந்தான், எம் புள்ளைங்களுக்கு வித விதமா செஞ்சு கொடுக்க வக்கில்லை. நம்ம வசதிக்கு ஏத்தாப்போலதானே செய்ய முடியுது'' என்று கல்யாணி நொந்துகொண்டாள்.

கிடைத்த வருமானத்தில் இழுத்துக்கோ புடிச்சிக்கோ என்று குடும்பம் கஷ்ட ஜீவனத்தில் ஓடினாலும், பிள்ளைகளின் மனம் கோண விடாத பெற்றோர், பெற்றவர்களின் மனம் கோணச்செய்யாத பிள்ளைகள் என்று நல்லதொரு குடும்பம், பல்கலைக் கழகமாய் திகழ்ந்து கொண்டிருந்தது அந்த குடும்பம்.

சுந்தரேசன் ஒரு தொழிற்சங்கவாதி. மில் தொழிலாளர் யூனியனில் செயலாளராக பொறுப்பு வகித்ததால் வீட்டில் இருப்பதை விட சங்க வேலைக்குத்தான் பெரும்பாலான நேரத்தை செலவிடுவார். முற்போக்கு சிந்தனாவாதியான அவர் தனது பெண்களையும் துணிச்சல் மிக்கவர் களாகவும், தைரியசாலிகளாகவும் வளர்த்திருந்தார்.

''இங்க பாருங்க கண்ணுங்களா. ஆணுக்கு இருக்கற வீரம், சூடு, சொறனை, ரோசம் இவை அத்தனையும் பொண்ணுக்கும் இருக்கு. அதனால, ஆம்பள ஒசத்தி, பொம்பள கொறச்சல் அப்படின்னு எதுவும் இல்லை. அந்த காலம் வேற. பிற்போக்கான அந்த காலத்துல பொம்பளைங்கள வீட்டுக்குள்ளேயே அடச்சு வச்சிருந்தாங்க. ஆனா, இப்ப அப்படியா? பொண்ணுங்க கார் ஓட்டுதுங்க, ரயில் ஓட்டுதுங்க, விமானம் ஓட்டுதுங்க, ஏன் ராணுவத்துலேயே துப்பாக்கி ஏந்தி போருக்கு போகுதுங்க. அதனால, பிற்போக்கான எண்ணங்களை கைவிட்டிட்டு, நாம யாருக்கும் கொறஞ்சவங்க இல்லை அப்படீங்கற உணர்வை வளர்த்துக்கணும்'' என்று தனது இரு மகள் களையும் அருகே உட்கார வைத்துக்கொண்டு சுந்தரேசன் அறிவுரை சொன்னதை கேட்டு கல்யாணி. ''ஆமா, இப்படி எதையாவது ஒண்ணை சொல்லி புள்ளைகளை வளர்த்து வுடுங்க. நாளைக்கு கட்டிப் போற எடத்துல, இதுக புருஷனை மதிக்காம எதிர்த்து எதிர்த்து பேசட்டும்'' என்று சடைந்து கொண்டாள்.

''ஆமாடி, பொண்ணுக காலங்காலமா அடிமை ஊழியம் செய்யணும்னு என்ன தலையெழுத்தா? கட்டிகிட்ட பொண்டாட்டி அறிவாளின்னு தெரிஞ்சி கிட்டா, எந்த ஆம்பளையா இருந்தாலும் அடங்கிப் போயிருவான்டி. அதப்பத்தி நீ ஏன் கவலைப்படுறே'' என்று தனது மனைவிக்கும் சேர்த்து புத்திமதி சொல்வார் சுந்தரேசன்.

ரேவதியும், காவியாவும் சிறு குழந்தைகளாக இருந்தபோதே பல தொழிற் சங்க போரட்டங்களுக்கு அழைத்துச் சென்றிருக்கிறார் சுந்தரேசன். போராடும் குணம் ஒவ்வொரு மனிதனுக்கும் இயல்பாகவே வரவேண்டும் என்பது சுந்தரேசனின் எண்ணம்.

''போராடுவோம் போராடுவோம்''

''இறுதி வரை போராடுவோம்''

''வெல்லட்டும் வெல்லட்டும்''

''மக்கள் சக்தி வெல்லட்டும்'' என்று ஆண்களும் பெண்களுமாய் திரளாகக் கூடி அனைவரும் கைகளை உயர்த்தி முழக்கமிடுவதைப் பார்த்து அந்த சிறுமிகளும் உற்சாகம் பொங்க,

''போராடுவோம் போராடுவோம்'' என்று கோசமிடும் போது தனது மகள்களை பார்த்து பெருமிதத்தில் மிதப்பார் சுந்தரேசன்.

ஓய்வு கிடைத்து, வீட்டில் இருக்கிற வாய்ப்பு இருந்தால், பல அரசியல் கதைகளையும், போரட்ட வரலாறுகளையும் மகள்களுக்கு போதிக்க ஆரம்பித்துவிடுவார் சுந்தரேசன்.

கார்ல் மார்க்ஸ் என்ன சொல்றார்னா, ''ஒரு மனிதன் தனக்காக மட்டும் உழைத்தால், அவன் ஒரு புகழ்பெற்ற விஞ்ஞானியாகவோ, தலைசிறந்த கவிஞனாகவோ ஆகக்கூடும். ஆனால் அவனால் என்றுமே உண்மையிலேயே நிறைவான, மகத்தான மனிதனாக ஆக முடியாது'' என்கிறார். அதனால நாம வாழும் போது நாலு பேருக்காவது புரயோஜனப்படற மாதிரி வாழணும் '' என்று அவர் போதித்துக்கொண்டிருக்கையில்,

''ஆரம்பிச்சிட்டீங்களா ஒங்க புராணத்தை? சங்கத்துலேயும் இதைத்தான் பேசுறீங்க. வீட்டுல வந்து புள்ளைகளோட பேசும்போதாவது வேற பேச்சு பேசக்கூடாதா'' என்று சலித்துக்கொண்டாள் கல்யாணி.

''அடி போடி. இவளுக்கும் கொள்ளை தெரியும். எம் புள்ளைங்ககிட்ட

எனக்கு தெரிஞ்சத சொல்லுறேன். அதுகளும் ஆர்வத்தோட கேட்குதுக. இதுல ஒனக்கு என்ன வந்துச்சாம்'' என்று மனைவிக்கு பதில் கொடுத்தார் சுந்தரேசன்.

''சரியப்பா, நடத்துங்க நடத்துங்க, ஒங்க கச்சேரியை. அதுல எதுக்கு நான் தலையிடுறேன்'' என்று செல்லமாக கோவித்துக்கொண்டு சமையலறைக்குள் அடைக்கலமாகி விட்டாள் கல்யாணி.

தன்னோட பொண்ணு மேலே சுந்தரேசன் கோபித்துக்கொண்டது உணவை வீணாக்கியதற்காகத்தான்.

ஒருமுறை ''அம்மா, எனக்கு போதும்மா. இதுக்கு மேலே சாப்பிட முடில'' என்று தட்டில் பாதி சாப்பாட்டோடு எழுந்துவிட்டாள் காவியா.

அருகே உட்கார்ந்து சாப்பிட்டுக்கொண்டிருந்த சுந்தரேசனுக்கு பலியாய் கோபம் வந்துவிட்டது. ''இங்க வாம்மா, ஒழுக்கமா உட்கார்ந்து மீதமிருக்கறதையும் சாப்பிட்டு முடிச்சிட்டு போ. இது என்ன பழக்கம்? சோத்துல கை வைக்கறதுக்கு முன்னாடியே, நம்மால இவ்வளவுதான் சாப்பிட முடியும் முடியாதுன்னு ஒரு புத்தி யோசனை கூட இல்லாம, சோத்துல கை வச்சி சாப்பிட்டு எச்சையாக்கிய பின்னாடி போதும்ன்னு வச்சிட்டா, அந்த சாப்பாடு வீணாகாதா? என்று மூஞ்சியை கடுகடுப்பாக வைத்தபடியே மகளை திட்டினார் சுந்தரேசன்.

''சரி வுடுங்க, வச்சா வச்சிட்டுப் போறா. நான் சாப்பிட்டுக்கிறேன். இதுக்கு போயி புள்ளைய ஏன் வையிறீங்க?'' கல்யாணி சமாதானம் சொன்னாள்.

''ஒனக்கு ஒண்ணும் தெரியாது கல்யாணி. இன்னிக்கு நம்மால முடியுது. இந்த சாப்பாட்டுக்கும் வழியில்லாம பசியிலும் பட்டினியிலும் எத்தனை உயிர்கள் வாடுதுன்னு தெரியுமா? மீதமான சாப்பாட்டை மண்ணுலயும், சாக்கடையிலும் கொட்டியெறிய நம்ம ஆளுங்களுக்கு மட்டுந்தான் தெரியும். இருக்கறத இல்லாதவங்களுக்கு கொடுக்கற

பழக்கம் சுத்தமா இல்லாமப் போச்சி'' என்று தனது கோபத்தை கல்யாணியின் பக்கமாய் திருப்பிவிட்டார் சுந்தரேசன்.

''இனிமேல அப்படி பண்ணாதுங்க. அது தான் சொல்லிட்டீங்கல்ல'' என்று சொல்லி சுந்தரேசனை சமாதானப்படுத்தினாள் கல்யாணி.

சுந்தரேசனின் ஒவ்வொரு பேச்சிலும், செயலிலும் ஒரு நோக்கம் இருப்பதையும், பிறருக்காக வாழ வேண்டும் என்கிற அக்கறை இருப்பதையும் குழந்தைகள் உணர்ந்துதான் இருந்தனர்.

பள்ளி விடுமுறை நாட்களில் தந்தையோடு மில்லுக்கு செல்வதில் பிள்ளைகளுக்கு கொள்ளைப் பிரியம். தன்னோட வேலை கெட்டிடுமே என்று குழந்தைகளைக் கூட்டிச்செல்ல மறுத்து விடுவார் சுந்தரேசன். என்றைக்காவது ஒரு நாள் அத்தி பூத்தாற்போல பஞ்சு மில்லிற்கு அழைத்துச் செல்வார்.

''என்னப்பா சுந்தரேசா, இன்னைக்கு கொழந்தைகளையும் வேலைக்கு கூட்டிகிட்டு வந்துட்டியாக்கும்?'' என்றார் சுப்பையா.

சுப்பையா, சுந்தரேசனின் சக தொழிலாளி. அது மட்டுமின்றி மில் தொழிலாளர் சங்கத்தின் துணைத் தலைவரும் அவர்தான்.

''ஆமாண்ணே. பள்ளிக்கூடம் லீவு வுட்டாச்சு. புள்ளைங்களும் வீட்டுக்கு உள்ளாறயே எத்தனை நாளைக்குதான் அடஞ்சே கெடக்குங்க? அதான் இப்படி கூட்டி வந்தாலாவது நாலு விசயந் தெரிஞ்சுக்குமேன்னு தான் கூட்டி வந்தேன்.''

''ஏம்பா, அதுகோ நாளைக்கு டாக்டராவோ, எஞ்ஜினீயராவோ வரப்போற புள்ளைங்க. அதுகளும் வந்து இந்த தூசுக்குள்ளேயும், தும்புக்குள்ளேயும் கஷ்டப்படணுமாக்கும்'' என்றார் சுப்பையா.

''பின்னே, நாம என்ன பாடுபடுறோம்ங்கற விசயம் கொழந்தைகளும் தெரிஞ்சுக்கணுமா இல்லையா?'' என்றபடியே குழந்தைகளை கையைப் பிடித்து அழைத்துச்சொன்றார் சுந்தரேசன்.

''அக்கா ..., இங்க பாருக்கா ..., எவ்ளோ பஞ்சு?'' என்று அங்கே குவிக்கப் பட்டிருந்த பருத்தி பஞ்சைப் பார்த்து வாயைப் பிளந்தாள் காவியா.

''இவ்வளவு பஞ்சையும் என்னப்பா செய்வாங்க?'' என்றாள் ரேவதி.

''நாம உடுத்துற துணியெல்லாம் இந்த பஞ்சுலதான் செய்யுறாங்க. இந்த பஞ்செல்லாம் அதுக்காகத்தான் இங்க குவிச்சு வச்சிருக்காங்க.''

''பஞ்சிலே இருந்து எப்படிப்பா ட்ரெஸ் செய்வாங்க?''

''பஞ்சிலே இருந்து மொதல்லே நூல் செய்வாங்க. நூல்லே இருந்து துணி நெய்வாங்க. அப்புறமா அந்த துணியில இருந்து, நமக்கு தேவையான ஆடைகளை வித விதமா தெச்சு தருவாங்க.'' என்று ஒரு ஆசிரியர் போல பிள்ளைகளுக்கு பாடம் சொல்லிக்கொண்டே நடந்தார் சுந்தரேசன்.

''ஐய் ..., பஞ்சு'' என்று கீழே குவித்திருந்த பஞ்சை தனது இரண்டு பிஞ்சுக் கைகளாலும் அள்ளி வைத்துக்கொண்டு, மேகத்தை கையில் ஏந்தி நிற்பவள் போல பெருமிதமடைந்தாள் காவியா.

அந்த பஞ்சு மில்லில் எத்தனையோ புதுப்புது விசயங்களை பார்க்க நேர்ந்தாலும், தலையில் முக்காடு கட்டிக்கொண்டு, சேலைக்கு மேலே தொளதொளவென தங்களது உடலுக்குப் பொருந்தாத ஆண்களின் சட்டைகளை அணிந்துகொண்டு மில்லில் வேலை பார்க்கும் பெண்கள் தான் அதிகமான ஆச்சரியத்தை உண்டு பண்ணியவர்கள்.

''ஏண்ணே, ஒங்க பசங்களா?''

வெற்றிலைப் பல் தெரிய குழந்தைகளின் கன்னத்தை வருடியபடியே கேட்டாள் செல்லம்மா.

''ஆமாத்தா, எம் புள்ளைங்கதான்''

''பள்ளிக்கோடம் படிக்கிதுகளா?''

"ம் ... ம் ... போறாங்க"

"படிக்கட்டும் படிக்கட்டும். மகராசிகளா படிக்கட்டும். நம்மளாட்டம் கைனாட்டுகளா இருந்து இந்த தூசுக்குள்ளே கெடந்து கஷ்டப்படாம பெரிய பெரிய வேலைக்கு போவட்டும்" என்று வாழ்த்திவிட்டு நகர்ந்தாள் செல்லம்மா.

தொழிலாளர்கள் பல்வேறு வேலைகளில் மூழ்கியிருந்தது குழந்தைகளுக்கு உற்சாகமூட்டுவதாய் இருந்ததால், மில்லுக்கு போய் வந்து பல நாட்கள் ஆன பின்னும் அங்கு தாங்கள் பார்த்த ஒவ்வொன்றைப் பற்றியும் சுந்தரேசனிடம் கேட்டுக்கொண்டே இருந்தனர்.

"ஏம்பா, பஞ்சு மில்லுல வேலைக்கு போறதுக்கு எவ்வளவு படிக்கணும்?" என்று குழந்தைத் தனமாய் கேட்டாள் காவியா.

"அதுக்கொல்லாம் படிப்பாங்களா? படிக்காதவங்கதான் அங்க வேலைக்கு போவாங்க. இல்லப்பா?" என்றாள் ரேவதி.

"பஞ்சு மில்லுல, படிச்சவங்களுக்கும் வேலை இருக்கு, படிக்காதவங்களுக்கும் வேலை இருக்கு. மேனேஜர், சூப்ரவைசர் இப்படி வேலை செய்யறவங்க எல்லாம் படிச்சவங்க. பஞ்சடிக்கற வேலை, பஞ்சு சொமக்கற வேலை செய்யறவங்களெல்லாம் கொஞ்சமா படிச்சவங்க, சுத்தமா படிக்காதவங்கன்னு எல்லாமே இருப்பாங்க" என்று குழந்தைகளுக்கு விளக்கிச் சொன்னார் சுந்தரேசன்.

சங்கத்து ஆட்கள் அவ்வப்போது வீட்டிற்கு வருவதும் போவதுமாய் இருந்ததால், பெரும்பாலான சங்க நிர்வாகிகள் சுந்தரேசனுக்கும் அவரது குடும்பத்திற்கும் உறவினர்கள் போலதான் மிகவும் நெருக்கமாகவும், உதவியாகவும் இருந்தார்கள்.

சங்க கூட்டம், போராட்டம் என்று ஓய்வு உறக்கமில்லாமல் அலைந்து திரிந்துவிட்டு வந்த சுந்தரேசன், இரவு உறக்கத்தில் எழுந்து நெஞ்சைப் பிடித்துக்கொண்டு உட்கார்ந்து விட்டார்.

‘‘என்னங்க? என்னாச்சு?’’ என்றாள் கல்யாணி.

‘‘இல்லை, ஏதோ ஒரு மாதிரி இருக்கு’’

‘‘ஒடம்புக்கு என்னாங்க பண்ணுது? தண்ணி கொண்டாரட்டுமா’’

‘‘ஆமா, கொஞ்சம் தண்ணி எடுத்துட்டு வா’’

மின் விளக்கை ஒளிரச்செய்துவிட்டு, அடுப்பங்கறைக்குச் சென்று கையில் தண்ணீரோடு வந்த கல்யாணி அதிர்ந்துவிட்டாள். கட்டிலில் உட்கார்ந்திருந்த சுந்தரேசன் அப்படியே சரிந்து கிடந்தார்.

ஓடிப்போய் கைகளால் பற்றி உடலை நிமிர்த்தியவளுக்கு புரிந்துவிட்டது. ‘‘ஐயையோ ..., என்னங்க, எங்களை விட்டுட்டு போயிட்டீங்களா?’’ என்று கல்யாணி அந்த இரவு நேரத்தில் போட்ட கூச்சலில், உறங்கிக் கொண்டிருந்த குழந்தைகள், அக்கம் பக்கத்தினர் என்று அனைவரும் எழுந்துவிட்டனர்.

சங்கத்து ஆட்கள் கூட்டம் கூட்டமாக வந்தார்கள். மாலை மரியாதை செய்து ஒரு சங்க போராளிக்கு செய்ய வேண்டிய இறுதி மரியாதைகளை யெல்லாம் செவ்வனே செய்துவிட்டுப்போனார்கள்.

முக்கிய சங்க நிர்வாகிகள் வந்திருந்து பஞ்சாலையிலிருந்து வரவேண்டிய பணப்பயன்களை பெற்றுத் தருவதாக உறுதியளித்துச்சென்றனர். ஆதரவற்று நின்ற குடும்பத்திற்கு ஆறுதல் கூறினர்.

‘‘ஒத்த மனுசனா குடும்பத்த தூக்கி தாங்கிகிட்டு இருந்தவர். போதாத காலம் போய் சேர்ந்துட்டார். ரெண்டு புள்ளைங்களுமே படிக்குதுங்க. இதுகளை மேற்கொண்டு எப்படி படிக்க வைக்கறது? என்ன செய்யறதா உத்தேசம் கல்யாணியம்மா?’’ என்று கல்யாணியிடம் கேட்டார், சங்கத்தின் துணைத் தலைவர் சுப்பையா.

‘‘அதாண்ணே என்ன செய்யறதுன்னு தெரியலை. எனக்கும் எந்த வேலையும் தெரியாது. ஒண்ணுமே புரியலைண்ணே. கண்ணைக்கட்டி

காட்டுல விட்டா மாதிரி இருக்கு'' என்று பரிதாபமாகச் சொன்னாள் கல்யாணி.

''இந்த கொழந்தைகளுக்கு ஒரு வழியைப் பண்ணி, இதுகளை கரையேத்தி விட்டுட்டு போயிருக்கலாம், அந்த மனுசன். விதி யாரை விட்டது?'' என்றார் சங்கப் பொருளாலர் கண்ணப்பன்.

''ஏண்ணே, எனக்கொரு யோசனை தோணுது. நீங்கள்லாம் மனசு வச்சு, மில்லில எனக்கு ஏதாவது வேலை வாங்கித் தாங்கண்ணே. அதுல வார வருமானத்தை வச்சு, இந்த பசங்களை எப்படியாவது கரையேத்தியிடறேன்'' என்றாள் கல்யாணி.

''ஒனக்கு என்ன வேலை செய்யத் தெரியும்முன்னு அங்க வேலை கேட்கறது?'' என்று சொல்லிட்டு பெருத்த யோசனைக்கு பின், ''சரி கேட்டுப் பாக்கலாம்'' என்று சொல்லிவிட்டு போனார் சுப்பையா.

சரியாக ஒரு வாரம் கழித்து சுப்பையா மட்டும் வந்தார். ''இந்தா பாரு கல்யாணி, உன்னோட வேலை விசயமா மேனேஜ்மெண்டுல பேசினோம். ஒன்னோட நெலமையை கேட்டு மேனேஜ்மெண்டுல வருத்தப்பட்டாங்க. ஆனா, வேலை தெரியாத ஒனக்கு என்ன வேலை தர முடியும்ன்னு யோசிக்கறாங்க'' என்றார் சுப்பையா.

''அண்ணே, என்னாண்ணே, என் தலையில குண்டத் தூக்கி போடுறீங்களே'' என்றாள் கல்யாணி.

''ஆமாம்மா, அவங்க சொன்னத அப்படியே ஒங்கிட்ட சொல்லிட்டேன். ஆனா, மேனேஜ்மெண்டுல இன்னொன்னும் சொன்னாங்கமா'' என்று சொல்லிவிட்டு நிறுத்தியவர் சற்று தயங்கினார்.

''என்னாண்ணே சொன்னாங்க?'' என்றாள் கல்யாணி, ஒன்றும் புரியாமல்.

''சுந்தரேசன் வேலையில இருந்த போதே எறந்திட்டதாலே, அவருக்கு எதாவது ஒரு வகையில உதவணும்தான்' என்று சொன்ன மேனேஜர், அக்கவுண்ட் செக்சன்ல வேண்ணா ஒரு வேலை காலி இருக்கு. அவரு

பொண்ணுக்கு வேணும்னா அங்கே வேலை கொடுக்கலாம்ன்னு சொன்னாங்கம்மா'' என்றார் சுப்பையா.

''அண்ணே, அவ படிச்சிட்டு இருக்காண்ணே. அவளை பெரிய பெரிய படிப்பெல்லாம் படிக்க வச்சு, பெரிய புரபஸர் ஆக்கணும்ன்னு அவங்கப்பா ஆசைப்பட்டார்ண்ணே. அவரு ஆசைப்பட்டது போலவே அவளை படிக்க வைக்கணும்ணே. நான் வேறே எங்காவது எனக்கு வேலை கெடைக்குதான்னு பாக்குறேன். அவரு ஆசையை நான் நெறைவேத்துறேன்'' என்று வைராக்கியத்தோடு சொன்னாள் கல்யாணி.

''எது செய்யறதா இருந்தாலும் யோசிச்சு செய்யும்மா. பொண்ணை வேலைக்கு அனுப்புற யோசனை இருந்தாலும் சொல்லு. நான் ஏற்பாடு பண்றேன்'' என்று சொல்லிட்டு எழுந்தார் சுப்பையா.

''மாமா நான் அந்த வேலைக்கே போறேன் மாமா. எங்க அப்பா வேலை பார்த்த மில்லிலேயே வேலை பார்த்து, நான் என் குடும்பத்த காப்பாத்துறேன். எனக்கு அந்த வேலையை ஏற்பாடு செய்யுங்க'' என்று தீர்க்கமாக சொன்னாள் ரேவதி.

''அடியே, என்னடி பேசுற நீ? ஒனக்கு என்ன பைத்தியமா புடிச்சிருக்கு? என்று மகளிடம் பாய்ந்த கல்யாணி, ''அண்ணே, அவோ சின்னப் பொண்ணு. ஏதோ வெவரம் தெரியாம பேசுறா. அவள் சொல்றதை பெருசா எடுத்துக் காதீங்க'' என்று சுப்பையாவை பார்த்துச் சொன்னாள்.

''இல்லைம்மா, நான் யோசிச்சு பாத்துட்டுத்தான் இந்த முடிவுக்கு வந்திருக்கேன். அப்பா எங்களை உறுதியான பொண்ணுங்களாத்தான் வளர்த்திருக்காரு. வேலை செஞ்சு குடும்பத்தை காப்பாத்தற தெம்பு எனக்கு இருக்கு. நான் வேலை செஞ்சி சம்பாதிச்சு தங்கையையும் படிக்க வைப்பேன், உண்ணையும் பாத்துக்குவேன். நான் முடிவு பண்ணிட்டேன்'' என்று உறுதியாக நின்றுவிட்டாள் ரேவதி.

''உங்கள் ஆசைப்படி படிக்கிறேன். அதுக்கும் வழி இருக்கு. தொலை தூர கல்வி மூலமா என்ன படிப்பு வேணாலும் வேலை பாத்துக்கிட்டே

படிக்கலாம். கவலையை விடும்மா'' என்று கல்யாணிக்கு சமாதானம் சொன்னாள் ரேவதி.

சுப்பையா கிளம்பி போய் வெகு நேரமாகியும் தாயும் மகளுக்குமிடையேயான வாக்குவாதம் ஓயவில்லை. கல்யாணி எவ்வளவோ சொல்லியும் இனி தான் படிக்கச் செல்வதில்லை என்பதில் உறுதியாக நின்றுவிட்டாள் ரேவதி.

''ஏன்டி, நீ வேலைக்கு போயித்தான் ஆகணுமா? இதுக்குத்தான் ஒங்கப்பா அந்தப்பாடு பட்டு ஒங்களை படிக்க வச்சாறா?'' கல்யாணி மகளைப் பார்த்து கேட்டாள்.

''அம்மா, நாங்க ரெண்டு பேரும் நல்லா படிச்சு பெரிய உத்தியோகத்துக்கு போகணும்ன்னு அப்பா ஆசைப்பட்டதென்னவோ உண்மைதான். ஆனா, அதுக்கும் மேலே, அவர் எங்களை ஒரு தோழனை போல, தைரியமான ஆண்மகனைப் போல உலக அறிவோடு வளர்த்தது, இந்த மாதிரியான நெருக்கடியான நேரத்துல துணிச்சலான முடிவை எடுத்து குடும்பத்தை பெண்களாக இருந்தாலும், நாங்க தாங்கி நிற்க வேணும்ங்கற எதிர்பார்ப்புல தான். அப்பாவோட எதிர்பார்ப்பை பூர்த்தி செய்திட்ட திருப்தி எனக்கு வந்திருக்கும்மா'' என்றாள் ரேவதி.

ரேவதியின் முடிவையும் விருப்பத்தையும் அறிந்து, அவளை மில்லில் அக்கவுண்ட் செக்சனில் வேலையில் சேர்க்க சங்கத்து ஆட்கள் ஒருவாரம் அலைந்தார்கள். ரேவதியும் அவ்வப்போது கூட சென்று வந்தாள்.

வேலையில் சேர்ந்து மில்லுக்கும் போய்க்கொண்டே தொலை தூர கல்வியிலும் பயின்று ரேவதிக்கு நாட்கள் செல்லச் செல்ல சங்க நடவடிக்கைகளில் ஆர்வம் தொற்றிக்கொண்டது. சங்க வேலைகளை எடுத்து தலையில் போட்டுக்கொண்டு உழல ஆரம்பித்திருந்தாள் ரேவதி.

''தாயைப் போல பிள்ளை நூலைப்போல சேலை. ஏண்டி உங்க அப்பா தான் சங்கமே கதின்னு கிடந்தார்னா ஒனக்கு ஏன்டி இந்த வேண்டாத வேலை?'' கோபம் கொண்டு கத்தினாள் கல்யாணி. என்று சங்க

நடவடிக்கைகளில் ரேவதி தன்னை ஈடுபடுத்திக்கொண்டாளோ, அன்றிலிருந்து மகளைப் பார்க்கும் போதெல்லாம் மூஞ்சியை தூக்கி வைத்துக்கொண்டிருந்தாள் கல்யாணி. ஒரு போராட்டத்திற்கு கிளம்பிக் கொண்டிருந்தபோது மகளுக்கும் அம்மாவிற்குமிடையே நடந்த முட்டல் மோதல்களை படித்துவிட்டுத்தான் நீங்கள் இதுவரை வந்திருப்பீர்கள் என்பதால் அது மீண்டும் ஒரு முறை இங்கு தேவையில்லைதான்.

ஆனால் ஒன்றே ஒன்று மட்டும் சொல்லித்தான் ஆகவேண்டும். மார்க்ஸீக்கு எப்படி ஜென்னியோ, அது போலதான் சுந்தரேசனுக்கு கல்யாணி. ஆனால் ரேவதிக்கு மட்டும் அவள் அம்மா!

எங்கே நீயோ நானும் அங்கே

மாலைச்சூரியன் இன்னும் வானப்பரப்பின் எல்லையிலிருந்து அகற்றப் படாமல் எஞ்சியிருந்தது. காந்தி சிலை பேருந்து நிறுத்தத்தில் அலுவலகம் சென்றுவிட்டு வீடு திரும்புவோரும், பள்ளி முடிந்து திரும்பும் குழந்தை களுமாய் கூட்டம் நிறைந்திருந்தது.

பஸ் ஸ்டாப்பை ஒட்டியிருந்த நாயர் பேக்கரியிலும் கூட்டம் அப்பியிருந்தது. பேருந்து வர தாமதமானதால் அதுவரை டீ, வடை சாப்பிடலாமே என நினைத்து வந்த பயணிகள் கூட்டம் தான் அது.

கதிரேசன் அலுவலகம் முடிந்தால் நேரே நாயர் பேக்கரிக்குத்தான் வருவான். அவனுடைய நெருங்கிய நண்பர்களான குமார், சந்திரன், முருகேசன் ஆகிய மூவரும் அங்குதான் வருவார்கள். கதிரேசனுக்கு ஒரு தனியார் நிறுவனத்தில் வேலை. சாதாரண கடைநிலை ஊழியராக உள்ளே நுழைந்து இன்று அலுவலக மேலாளர் நிலைக்கு உயர்ந்திருந்தான்.

அவனுடைய நண்பனான குமார் ஒரு வங்கியில் காசாளராக இருந்தான். முருகேசன் இடைநிலை ஆசிரியர். சந்திரன் தாலுகா அலுவலகத்தில் உதவியாளர். இவர்களது கூட்டணி, மாலையில் கூடி, இரவு மது விருந்தை முடித்துக்கொண்ட பின்னரே பிரிந்து செல்லும்.

யார் முதலில் வந்தாலும் மற்றவர்களுக்காக காத்திருக்கவேண்டும் என்பது விதி. தவிர்க்க முடியாத காரணமென்றால் தகவல் சொல்லிவிட்டு செல்லலாம் என்பதெல்லாம் அவர்களுக்குள் இருந்த எழுதப்படாத சட்டங்கள். எப்போதும் கதிரேசன் சரியாக வந்துவிடுவான். குமாரும், சந்திரனும் அடுத்தடுத்து வந்துவிடுவார்கள். முருகேசன் மட்டும்

எப்போதுமே தாமதம் தான். கேட்டால் ஏதேதோ காரணம் சொல்வான்.

''சார், டீயா காபியா'' நாயர் கடை பையன் கதிரேசனிடம் வந்து சினேகமாய் கேட்டான். தினமும் பார்ப்பதால் ஏற்பட்ட பரிச்சயம்.

''பொறுப்பா, நம்ம நண்பர்கள் வந்திடட்டும்'' என்றான் கதிரேசன்.

இந்த வாழ்க்கையே அனுபவிப்பதற்காகத்தான் என்று நினைத்து வாழ்பவன் கதிரேசன். குடும்பத்தை பற்றி துளி கூட கவலைப்படுவதில்லை. தான் சம்பாதிப்பதில் ஒரு பகுதியை கொடுத்துவிட வேண்டியது. அத்தோடு அவனது கடமை முடிந்துவிட்டது. அதை வைத்து குழந்தைகளை படிக்க வைத்து, வீட்டு செலவுகளை சமாளித்துக்கொள்ள வேண்டும். மனைவி மக்களிடம் முகம் கொடுத்துக் கூட பேசமாட்டான் கதிரேசன். எப்ப பார் குடி கூத்தியாள் என்று ஒரே கொண்டாட்டம் தான். இப்படியான ஊதாரித் தனமான செலவுகளுக்கு தேவையான பணம் அவனுக்கு பல வழிகளில் வந்துகொண்டிருந்தது.

''என்ன கதிர், வந்து ரொம்ப் நேரமாச்சோ?''

பேக்கரிக்குள் நுழைந்தவாரே குமார் கேட்டான். அவனைத் தொடர்ந்து சந்திரனும் வந்துவிட்டிருந்தான்.

''இல்லப்பா இப்பத்தான் கொஞ்ச நேரத்துக்கு முன்னாடி வந்தேன்'' என்று சொல்லிவிட்டு தான் உட்கார்ந்திருந்த நாற்காலியை நகர்த்திப்போட்டு அவர்கள் உட்கார இடம் செய்து கொடுத்தான்.

''எங்கே இன்னும் நம்ம முருகேசன் ஆசிரியரை காணோம்?'' சந்திரன் கேட்டான்.

''அந்த ஆளு எப்போ கரெக்ட் டயத்துக்கு வந்திருக்கான்? எப்போதுமே லேட்டுத்தானே'' இது குமார்.

''அவரு மெதுவா வரட்டும். அதுக்குள்ளே நாம டீ, ஸ்நாக்ஸ் ஆர்டர் பண்ணிடுவோம்'' என்று சொல்லிவிட்டு கடை பையனை அழைத்தான் சந்திரன்.

நால்வரும் அலுவலம் முடிந்ததும் இந்த பேக்கரியில் தான்

கூடுவார்கள். டீ, ஸ்நாக்ஸ் முடித்துக்கொண்டு, அன்றைய நிகழ்வுகளை பகிர்ந்து கொண்டு சரியாக ஏழு மணிவாக்கில் கிளம்பி மது அருந்தச் செல்வார்கள்.

அடுத்த அரை மணி நேரத்தில் முருகேசனும் வந்து சேர்ந்தான்.

பாருக்குள் காலடி எடுத்து வைத்துமே, மெல்லிய விளக்கொளியில் காற்றில் மிதந்து வந்து மதுவின் நெடி வரவேற்றது. எங்கு மக்கள் கூட்டம் இருக்கிறதோ இல்லையோ இது போன்ற மதுபானக் கூடங்களில் மக்கள் கூட்டம் குறைவதே இல்லை. எல்லா இருக்கைகளிலும் ஆட்கள் இருந்தனர்.

ஒரு டேபிளை சர்வீஸ் பாய் இவர்களுக்காக காலி செய்து கொடுக்க அங்கு சென்று அமர்ந்துகொண்டனர் நண்பர்கள் நால்வரும்.

மதுபான வகைகள் அடங்கிய பட்டியல் அட்டையை கொண்டு வந்து கொடுத்துவிட்டு, ''ஆர்டர் பிளீஸ்'' என்று நின்றான் மதுபானக்கூடத்தில் வேலை செய்யும் சர்வீஸ் பாய்.

அட்டையை ஒரு தரம் புரட்டிப்பார்த்து விட்டு, ''ஒனக்கு என்னப்பா, வழக்கம் போல பீரா?'' என்று குமாரைப் பார்த்துக்கேட்டான் கதிரேசன்.

''ஆமாம் பாஸ், எனக்கு அது தான் சரி'' என்றான்.

''சரி, மூனு லார்ஜ் பிராண்டி, ஒரு பீர் கூலிங்கா'' என்று ஆர்டர் செய்தான் கதிரேசன்.

''சைடிஷ் சொல்லுப்பா'' என்றான் முருகேசன்.

''ஆமா, அப்படியே ஒரு சிக்கன் தந்தூரி'' என்றான் கதிரேசன்.

''சார் மிக்ஸிங்கிற்கு கூல்ட்டிரிங்ஸ் ஏதும் வேணுமா?'' என்றான் சர்வீஸ் பாய்.

''கூல்ட்டிரிங்ஸ் வேணாம். பிளைன் வாட்டர் போதும்'' என்றான் சந்திரன்.

''ஓகே சார்'' என்று தலையாட்டிவிட்டு நகர்ந்தான் சர்வீஸ் பாய்.

சுவற்றில் மாட்டப்பட்டிருந்த தொலைக்காட்சி பெட்டியில் ஏதோ

பழைய ஹிந்தி பாடல் ஓடிக்கொண்டிருந்தது. அதில் ஒரு பழைய நாயகி ''ஔர் இஸ் தில் மே ஹியா ரஹ்ஹா ஹே'' என்று ஹிந்தியில் பாடி உருகிக் கொண்டிருந்தாள்;.

''அப்புறம் பாஸ், வேலையெல்லாம் எப்படி போயிட்டு இருக்கு?'' என்றான் குமார்.

''அது என்னப்பா, எப்பவும் போல அறைச்ச மாவையே அறைக்கற வேலை தானே'' என்றான் கதிரேசன்.

''நம்ம ஆசிரியர் பொழப்பு தான் தேவலாம் போல'' என்று முருகேசனை வம்புக்கு இழுத்தான் சந்திரன்.

''ஆமாயா, ஒரு நாளைக்கு பள்ளிக்கூடத்துல வந்து உட்கார்ந்து பாரு தெரியும்'' என்றான் முருகேசன்.

''அது என்ன ஆசிரியரே ஸ்கூல் முடிஞ்சி ரொம்ப நேரம் கழிச்சித்தானே வந்து சேர்றீங்க. என்ன மஞ்சுளா டீச்சரை அவங்க வீடுவரை போயி வழியனுப்பிட்டுத்தான் வருவீங்களோ?'' என்று குமார் கேட்டதும் மற்றைய இருவரும் சிரித்துவிட்டார்கள்.

முருகேசன் மூஞ்சியில் ஏதேதோ உணர்வுகள் வந்து போனாலும் அவன் வாய் திறந்து எதுவும் பேசவில்லை.

''ஆனா ஒண்ணு மட்டும் சொல்றேன். ரெண்டு வேலையை ஒரே சமயத்துல கூட செஞ்சுடலாம். ரெண்டு மாட்டை ஒரே வண்டியில பூட்டியிடலாம். இவ்வளவு ஏன் ஒரு அரசன் ரெண்டு நாட்டை கூட ஆண்டிடலாம். ஆனா ஒத்த மனுசன் ரெண்டு பொண்டாட்டி வச்சிகிட்டு வாழற வாழ்க்கை இருக்கே? அது தாம்பா சாகசத்திலும் சாகசம்'' என்றான் குமார்.

''நீங்க மட்டும் ரொம்ப யோக்கியம் மாதிரி பேசாதீங்கப்பா'' என்று மூஞ்சியை கடுகடுவென்று வைத்துக்கொண்டு சொன்னான் முருகேசன்.

''சும்மா தமாசுக்குத்தானே பேசுராங்க வாத்தியாரே. நமக்குள்ளே கேலிகிண்டல் பண்ணிக்கறது என்ன புதுசா? இதுக்கு எதுக்கு டென்சனாகி கிட்டு'' என்று முருகேசனை சமாதானப்படுத்தினான் கதிரேசன்.

அங்கு கூடியிருந்த அனைத்து குடிமகன்களும் தத்தமது பிரட்சனைகளை பேசி சிரித்தும், மகிழ்ந்தும், வருந்தியும், ஆறுதல் கூறியும், சமாதானப் படுத்தியும், கோபப்பட்டும் வெவ்வேறு உணர்ச்சித்தளங்களில் தங்களுக்குள் உரையாடிக்கொண்டும், மது அருந்திக்கொண்டும் இருந்தனர்.

ஆர்டர் செய்த மது கோப்பைகளோடு ஆவி பறக்க, சுடச்சுட தந்தூரிச் சிக்கனும் வந்து சேர்ந்தது.

அவரவருக்கு தேவையான அளவு தண்ணீரை ஊற்றி மிக்ஸ் செய்து கொண்டு, தங்களது மதுக்கின்னங்களை உயர்த்தி ''சியர்ஸ்'' என்று கூட்டாக சொன்னார்கள். குமார் பெரிய கிளாஸ் ஒன்றில் பீரை நிரப்பி உயர்த்திக்காட்டினான்.

''என்ன பாஸ், எத்தனை நாளைக்கு இதே பாரில் வந்து இதே சரக்கை வாங்கி அடிச்சிகிட்டு காலத்தை ஓட்டறது? போரடிக்குதுப்பா'' என்றான் சந்திரன்.

''சரி சரி வுடு, இந்த பார் புடிக்கலைன்னா வேற பார் போலாம். இது ஒரு மேட்டரா?'' என்றான் தனது பீர் கிளாஸிலிருந்து பீரை உறிஞ்சி சுவைத்தபடி குமார்.

''நான் அதைச் சொல்லலை சார். என்னிக்காவது ஒரு லீவு நாளா பார்த்து, சரக்கோடு பொண்ணையும் மிக்ஸ் பண்ணா சூப்பரா இருக்குமில்லே. அதத்தான் சொன்னேன்'' என்றான் சந்திரன்.

''ஏன் பாஸ் வீட்டுச்சாப்பாடு சலிச்சுப் போச்சா?'' என்றான் முருகேசன்.

''அது இல்லப்பா, என்னதான் வீட்டுல சாப்பிட்டாலும் அப்பப்போ ஹோட்டல் கீட்டலுனு போயிட்டு வாரதிலே ஒரு சுகம் இருக்கறதில்லையா? அது மாதிரிதான் இதுவும்'' என்றான் சந்திரன்.

''அட போங்க பாஸ், இப்படி டெய்லி சரக்கடிச்சிட்டு போறதே, என் வீட்டுக்காரிக்கு புடிக்கலை. தினமும் வீட்டில சண்டதான் போங்க'' என்று சலித்துக் கொண்டான் குமார்.

"நாம தண்ணியடிச்சா அவங்களுக்கு என்னவாம்?" கதிரேசன் குறுக்கிட்டான்.

"நாம தண்ணியடிச்சிட்டு பிள்ளை குட்டிங்கள கவனிக்கறது இல்லையாம். பிள்ளைங்களோட சந்தோசமா பேசறது இல்லையாம். அதுக தூங்குன பின்னாடிதான் வீட்டுக்கே போறமாம். ஒரே புலம்பல், ஒப்பாரி" என்றான் குமார்.

"அட போப்பா நீ வேற, ஏம் பொண்டாட்டி ஏங்கிட்ட மொகங்கொடுத்துக் கூட பேசறதில்லை" என்றான் முருகேசன். கிளாஸ்கள் காலியாகி விட்டிருந்ததை பார்த்துவிட்டு வந்து, "சார் ரிபீட் பண்ணனுமா?" என்றான் சர்வீஸ் பாய்.

"ஆமாப்பா தம்பி, மூணு லார்ஜ் மட்டும் கொண்டு வா. பீர் அப்புறமா சொல்லிக்கல்லாம்" என்றான் கதிரேசன்.

"ஓகே சார்" என்று சொல்லிவிட்டு நகர்ந்தவனை அழைத்தான் முருகேசன்.

"தம்பி ஒரு நிமிசம். இந்த கார பொறி நல்லா இருக்கு. அது மட்டும் ரெண்டு கப் கொண்டு வா. சுண்டல் ஒரு கப் கொண்டு வா" என்றான்.

"இதோ எடுத்திட்டு வாரேன் சார்" என்றான் சர்வீஸ் பாய்.

"கல்யாணம் ஆகி இத்தனை வருசமாகியும், புருஷன் கூடவே இருக்கணும்னு ஆசைப்பட்டா எப்படி? ஆசை அறுபது நாள், மோகம் முப்பது நாளுன்னு சும்மாவா சொன்னாங்க" என்றான் சந்திரன்.

"எனக்கு இந்த பிரட்சனை எதுவும் இல்லை. மாசாமாசம் குடும்பச் செலவுக்கு தேவையானதை கொடுத்திடுவேன். அதுக்கு மேலே என்னை எதுக்கும் எதிர்பார்க்கக் கூடாதுன்னு கண்டிசனா சொல்லிட்டேன்" என்று கெத்தாக சொன்னான் கதிரேசன்.

"டெய்லி லேட்டா வீட்டுக்கு போறது பத்தி, குடிச்சிட்டு போறதப் பத்தி எதுவும் கேட்கறது இல்லையா?" என்று ஆச்சர்யமாக கேட்டான் குமார்.

"ஆரம்பத்துல இருந்தது. நான் தெளிவா சொல்லிட்டேன். என் விசயத்துல தலையிடாதேன்னு. இப்பவெல்லாம் என் வீட்டுக்காரி என் விசயத்துல தலையிடறதே இல்லை" என்று பெருமையாக சொன்னான் கதிரேசன்.

"நீ உண்மையிலேயே கொடுத்து வச்ச ஆளுதாம்பா" என்று புகழாரம் சூட்டினான் முருகேசன்.

"அட அந்த மேட்டரை வுட்டுத்தள்ளுங்கப்பா. சந்தோஷமா சரக்கடிக்கிற நேரத்துல வீட்டுப் பேச்சு எதற்கு?" என்று பேச்சின் போக்கை மாற்றினான் சந்திரன்.

"ஆமாம்பா, நீ சொல்றதும் சரிதான். இங்கே ஜாலியா சரக்கடிக்க வந்தோமா இல்லை அதுகளைப்பத்தி பேச வந்தோமா?" என்றான் குமார்.

"நான் சொன்ன விசயத்துக்கு வாங்கப்பா" என்றான் சந்திரன்.

"எந்த மேட்டர்?" என்று கேட்டு புருவம் உயர்த்தினான் குமார்.

"அதான்பா, ஒரு லீவு நாளா பாத்து, யாருக்கும் தெரியாம லேடீஸை கூட்டி கிட்டு போய் சரக்கடிச்சிகிட்டே உல்லாசமா இருந்துட்டு வந்தா சூப்பரா இருக்குமில்லே" என்றான்.

"அட போங்கப்பா, இதுக்கு முன்னாடி இந்த மாதிரிதான் சொல்லி கூட்டிகிட்டு போனீங்க. அங்க நீங்க கூட்டிகிட்டு வந்த பொண்ணு நான் ஏற்கனவே பார்த்ததுதான். ஏற்கனவே பார்த்து பழகின பொண்ணுங்க, இந்த தொழில்ல இருக்க பொண்ணுங்ககிட்ட அப்படி என்னத்தை கண்டீங்களோ? எனக்கு வெறுத்துப்போச்சு" என்றான் கதிரேசன்.

"ஏப்பா கதிரேசா, இந்த விசயத்துக்கு அந்த மாதிரி ஆளுங்க தானே வருவாங்க? அதைவிட்டுட்டு நீ வேற யாரைகூப்பிட சொல்றே?" முருகேசன் கேட்டான்.

"இந்த மாதிரி காசுக்காக உடம்பை விக்கிற பொண்ணுங்களை பார்த்து பார்த்து வெறுத்துப்போச்சு. வேற மாதிரி ட்ரைபண்ணுங்க. பணம் எவ்வளவு செலவானாலும் பரவாயில்லை" என்றான் கதிரேசன்.

"வேறமாதிரின்னா?" என்று புரியாமல் கேட்டான் குமார்.

மூன்றாவது ரவுண்டு முடித்து நான்காவது ரவுண்டு போய்க் கொண்டிருந்தது. அந்த மதுபானக்கூடத்திலிருந்தவர்களின் எண்ணிக்கையும் பாதியாக குறைந்து விட்டிருந்தது.

அரை மப்பிலும், முழு மப்பிலும் குடித்து முடித்தவர்கள் இடத்தை காலி செய்துவிட்டிருந்தனர்.

"வேறேன்னா, இந்த தொழிலில் இல்லாதவங்களா பாத்து கூட்டிகிட்டு போவோம். அதுல இருக்க கிக்கே தனிதான்" என்றான் கதிரேசன்.

"அந்த தொழில் செய்யாதவங்க இதுக்கெல்லாம் வருவாங்களா?" என்று ஆச்சரியத்தோடு கேட்டான் குமார்.

"ஏன் வரமாட்டாங்க. இதுக்கும் ஆள் இருக்காங்க. நம்ம டேஸ்ட்டுக்கு ஏத்த மாதிரி ஆளுங்களை கூட்டிகிட்டு வருவாங்க. ஆனா என்ன? பணம் தான் கொஞ்சம் அதிகமா செலவாகும்" என்றான் சந்திரன்.

"குடும்ப பொண்ணுங்க எப்படிப்பா இதுக்கெல்லாம் வருவாங்க?" என்று புரியாமல் கேட்டான் முருகேசன்.

"அதுக்கெல்லாம் ஆளுங்க இருக்குப்பா" என்று உறுதியாக சொன்னான் சந்திரன்.

"என்னப்பா நீ சொல்றதப் பார்த்தா, அது மாதிரி ஆளுங்களை ஒனக்கு தெரியும் போல. தெரிஞ்சா ஏற்பாடு பண்ணுப்பா. நம்ம கதிரேசன் சொன்ன மாதிரி வித்தியாசமான அனுபவமா இருக்கும் போலயே" என்றான் முருகேசன் ஆர்வத்தில்.

"அதைத்தான் நானும் சொல்றேன்" என்றான் கதிரேசன்.

"எனக்கு தெரிஞ்ச ஒரு புரோக்கர் இருக்கான். அவன்ட கேட்டிட்டு புரோகிராம் பிக்ஸ் பண்ணிக்கிடலாம்" என்றான் சந்திரன்.

"சரிப்பா, உடனே அந்த ஆளுகிட்ட பேசு" என்றான் குமார்.

ஏனையோரும் ஆமோதித்தார்கள் "இதோ, இப்பவே அந்த ஆளுகிட்ட

பேசுறேன்" என்று சொல்லிவிட்டு செல்போனில் எண்களை டயல் செய்தபடி வெளியே சென்றான் சந்திரன்.

"இன்னொரு ரவுண்டு போடலாமா இல்லை முடிச்சிக்கல்லாமா?" என்றான் கதிரேசன். அவனது பேச்சில் உளறல் இருந்தது.

"போதும்பா, ஏற்கனவே நாலு ரவுண்டு ஓடிப்போச்சு. பத்திரமா வீடு போய்ச் சேறவேண்டாமா?" என்றான் முருகேசன்.

"ஏம்பா தம்பி. பில் கொண்டு வா" என்று சர்வீஸ் பையனை நோக்கி தடுமாற்றத்தோடு சொன்னான் கதிரேசன்.

புரோக்கருடன் பேசிவிட்டு தள்ளாட்டத்தோடு வந்து இருக்கையில் அமர்ந்தான் சந்திரன்.

"என்னப்பா, என்ன ஆச்சு?" முருகேசன் கேட்டான். முகத்திலும், கேள்வியிலும் ஆர்வம் தெரிந்தது.

"பேசியாச்சு. ஆனா மனுசன் ரொம்ப யோசிக்கறான்" என்று இழுத்தான் சந்திரன்.

"என்னப்பா யோசனை. அவனோட தொழிலே இதுதான். கூடுதல் பணத்துக்கு அடிபோடுறானோ?" குமார் கேட்டான்.

"அடச் சீ..., பணம் இல்லாம எவன் இந்த வேலையை செய்வான்? அவன் அதுக்காக சொல்லலை. ஒரு ஆளு மட்டும் வாங்கன்றான்" என்றான் சந்திரன் தயக்கத்தோடு.

"இது என்னப்பா புது கதையா இருக்கு?" என்றான் குமார் அதிர்ச்சி விலகாமல்.

"ஆமா அப்படித்தான். ஒரு ஆளுன்னா சரிங்கறான்" என்றான் சந்திரன்.

மேலும் தொடர்ந்தவன், "அதுவும் நாம நினைக்கற மாதிரி லீவு நாள்களில் எல்லாம் வரமாட்டாங்களாம். வேலை நாட்களில் காலை பத்து மணியிலிருந்து மதியம் மூணு மணிவரைதானாம்" என்று மற்றொரு கண்டிசனையும் சொன்னான் சந்திரன்.

''இதெல்லாம் நமக்கு சரிப்பட்டு வராதுப்பா. இந்த ஐடியாவை இத்தோடு குழிதோண்டி புதைச்சிடுவோம். வாங்க வேற வேலை இருந்தா பார்ப்போம்'' என்றான் முருகேசன்.

''ஆமாப்பா, நாம சரக்கே தனியா அடிக்கறதில்லை. இது எப்படி நமக்கு தோதுப்படும். ஒத்துவரலைன்னா விட்டிடுவோம். பணத்தை செட்டில் பண்ணிட்டு கிளம்பலாம்'' என்றான் குமார்.

முழு போதையில் சிகரெட்டை ஆழ்ந்து இழுத்து புகையை கூரையை நோக்கி குறிபார்த்து ஊதித்தள்ளிவிட்டு நிமிர்ந்த கதிரேசன் இடைமறித்தான்.

''என்னப்பா, எதாவது ஒரு பிரட்ச்சனைன்னா பின் வாங்கிடறீங்க? இவ்வளவு தான் உங்க கட்ஸ்ஸா?'' என்று தனது நண்பர்களைப் பார்த்து ஏளனமாக கேட்டான்.

''ஏம்பா அப்படி கேட்குறே?'' என்றான் குமார்.

''இந்த மாதிரி வேலைக்கு வாரவங்க அப்படி இப்படி பிகு பண்ணத்தான் செய்வாங்க. நாமதான் அவங்களை மேனேஜ் பண்ணனும். நான் சொல்றதை கவனமா கேளுங்க. ஒருத்தர்தான்னு சொல்லி வரச்சொல்லிடுவோம்.''

''என்னப்பா சொல்றே?'' என்று அதிர்ந்தான் சந்திரன்.

''ஆமாம்பா, வார புதன் கிழமை ஆபீசுக்கு லீவு சொல்லிவிட்டு, சிட்டிக்கு வெளியில இருக்க ஒரு ஹோட்டல்ல ரெண்டு ரூம் போடுவோம். ஒரு ரூம்ல நான் மட்டும் இருக்கேன். பக்கத்துல ரூம்ல நீங்க இருங்க. பார்ட்டி வந்ததும் நான் பேசி கரெக்ட் பண்ணிடறேன். நாம பேசுறமாதிரி நெளிவு சுழிவா புரோக்கர் பய பேசமாட்டான். நாம பேசுவோம். சம்மதிச்சா கேக்குற பணத்தை கொடுத்திடுவோம்'' என்றான் கதிரேசன்.

''சூப்பர் ஐடியா...!'' என்று ஒருமித்த குரலில் ஆமோதித்தனர் ஏனையோர்.

செல்போன் நீண்ட நேரமாக கணைத்துக் கொண்டிருந்தது. சுரத்தில்லாமல் 'போனை எடுத்து ''ஹலோ'' என்றாள்.

"நான் தான் புரோக்கர் பொன்னுச்சாமி பேசுறேன்." என்றது மறுமுனை.

"சொல்லுங்கண்ணா, என்ன விசயம்?"

"நான் எதுக்கு கூப்பிடுவேன். எல்லாம் விசயமாத்தான்" என்றது மறுமுனை.

"எப்போ?" என்றாள் அலட்சியமாக

"வார புதன் கிழமை" என்றது மறுமுனை.

"எத்தனை மணிக்கு?"

"காலையில ஒரு பத்து பதினோரு மணிக்கு போனா, மதியம் ஒரு மூணு மணி போல வந்திடலாம்"

"அப்போ சரி. ஆளு எப்படி?"

"அதெல்லாம் கன்பார்ம் பண்ணியாச்சு. நல்ல பார்ட்டிதான்"

"தொந்தரவு ஏதும் இருக்காதே" என்று கேட்டவளின் குரலில் பயம் தெரிந்தது.

"என்னை நம்புமா. இதுவரைக்கும் தொந்தரவான விசயத்தில் எப்பவாவது எறக்கி வுட்டுருக்கேனா?"

"அப்பச்சரி. ஆனா ஒண்ணு, என்னை கூட்டிகிட்டு போயிட்டு கூட்டிக் கிட்டு வார வரைக்கும் கூடவே இருக்கணும். சரியா?"

"அதுக்கென்ன? பேஷா இருக்கேன்"

"சரி புதன் கிழமை காலையில மார்க்கெட் பக்கம் வண்டி கொண்டு வந்திடுங்க. நான் ஒரு ஒன்பதரைக்கு சரியா வந்திடறேன்."

"சரி, நான் வச்சிடட்டுமா?"

"ம்ம்ம்...." அழைப்பு துண்டிக்கப்பட்டது.

புரோக்கர் கச்சிதமாக பேசி ஒப்புக்கொள்ளச்செய்து விட்ட திருப்தியில் அடுத்த பார்ட்டிக்கு போன் போட நம்பரை தேடினான்.

அந்த விடுதி பெரிய மனிதர்கள் மட்டும் வந்து தங்கும் விலை உயர்ந்த விடுதி போல இருந்தது. அரை போதையில் தங்களுக்கு அன்று விருந்தாகப் போகும் அந்த பெண்ணின் வருகைக்காக இறையை எதிர்பார்த்து காத்திருக்கும் வேங்கை போல காத்திருந்தார்கள் நண்பர்கள் நால்வரும்.

கதிரேசன் மட்டும் தனியறையில் இருந்தான். அவர்கள் தங்கியிருந்த அந்த விடுதியின் பிரதான வாயிலில் நுழைந்து வந்து கொண்டிருந்தது ஒரு மஞ்சள் நிற மாருதி கார்.

"அதோ காரு வந்திருச்சி" என்று உற்சாகத்தில் குதித்தான் குமார்.

"நம்ம புரோக்கர் சொன்னா சொன்ன மாதிரி நடந்துக்குவான்" என்று பெருமையடித்துக் கொண்டான் சந்திரன்.

"பொறுப்பா, ரொம்பத்தான் பீத்திக்காதே. பார்ட்டி வரட்டும். ஆளை பாத்துட்டு அப்புறமா பீத்திக்கிடலாம்" என்றான் முருகேசன்.

தெரிந்தவர்கள் யார் கண்ணிலும் பட்டுவிடக்கூடாது என்கிற பயத்தோடும், படபடப்போடும் அந்த காரில் புரோக்கருடன் வந்து போர்டிகோவில் இறங்கி சுற்றும் முற்றும் ஒரு பார்வை பார்த்துவிட்டு தலைக்கு தனது முந்தானையால் முக்காடு போட்டுக் கொண்டு புரோக்கர் முன்னால் நடக்க, அவன் பின்னால் பூனைபோல ஓசையில்லாமல் அடிமேல் அடியெடுத்து வைத்து நடந்துகொண்டிருந்தாள் அந்த பெண். தலையை மூடிய முக்காடு லேசாக விலகிய போது அது கதிரேசனின் மனைவி சாந்தி போலவே இருந்தது. அது அவன் மனைவி சாந்தி தானா? இல்லையா? என்பது இன்னும் சற்று நேரத்தில் அவனுக்கே தெரிந்துவிடும். இதில் கவலைப் பட நமக்கு என்ன இருக்கிறது?

ஐந்தும் ஆறும்

நள்ளிரவு மணி பன்னிரண்டை நெருங்கிவிட்டிருந்தது. நான் வந்திறங்கியது தான் அன்றைய தினத்தின் கடைசிப் பேருந்து. வெளியூர் வேலையாக சென்று விட்டு தாமதமாக வீடு திரும்புவது அது தான் முதல் முறை.

பேருந்து நிலையத்திலிருந்து ஐந்து நிமிட நடையில் வீடு சென்று சேர்ந்து விடலாம் என்பதால், ஆட்டோவை தவிர்த்து நடக்க ஆரம்பித்தேன்.

பேருந்து நிலையத்தை கடந்து கிழக்கே செல்லும் சாலையில் இறங்கி நடக்கத் தொடங்கினேன். சாலை வெறுச்சோடிக் கிடந்தது. சாலை ஓரத்தில் தூங்கிக்கொண்டிருந்த மனிதர் ஏதோ முனகினார். அதற்கு பதில் சொல்லும் விதமாய் நாய் ஒன்று குறைத்துவிட்டு அடங்கியது.

"டேய், இந்நேரமா கிளம்பி எப்போ வீடு போய்ச் சேர்வே? பேசாம இன்னிக்கு ஒரு நாள் இங்கேயே தங்கிட்டு காலையில் வெள்ளனமா கௌம்பிக்கலாம்" என்று சித்தப்பா சொன்னதை நான் தான் கேட்கவில்லை.

சித்தப்பா அவ்வளவு சொல்லியும் பிடிவாதமாக கிளம்பி வந்ததற்கும் காரணம் இல்லாமல் இல்லை.

"என்னங்க, நீங்க வீட்டை விட்டுக் கிளம்புன அன்னையிலிருந்து நம்ம சுரேஷிற்கு உடம்பு சரியில்லை. நேத்து நைட்டுத்தான் டாக்டர்கிட்ட கூட்டிப் போனேன். ஒரு ஊசியைப் போட்டு மாத்திரை எழுதிக் கொடுத்தார். டாக்டரை பாத்துட்டு வந்ததும் ஜொரம் கொறைஞ்சது. ஆனா மறுபடியும் உடம்பு கொதியா கொதிக்க ஆரம்பிச்சிடுச்சு. எனக்கென்னமோ பயமா

இருக்கு. நீங்க ஒடனே வந்திடுங்க'' என்று கவிதா காலையில் போன் செய்த போதே படபடப்போடு பேசினாள்.

வியாபார விசயமாக வெளியிடங்களுக்கு சென்றுவிட்டு வழியில் சித்தப்பா வீடு வந்து சேர மாலை ஏழு மணி ஆகிவிட்டது.

அங்கேயே இரவு உணவை முடித்துக்கொண்டு அப்படியே கிளம்ப வேண்டியதாகிவிட்டது. மனது முழுவதும் பையனின் உடல் நலம் பற்றிய கவலை. அதனால் தான் சித்தப்பா ''தங்கிட்டு காலையில் போ'' என்று சொன்னதை புறந்தள்ளிவிட்டு கிளம்பினேன்.

''ஒனக்கென்னப்பா, பிசினஸ் மேன். ஒன்னோட போட்டி போட முடியுமா?'' என்று என் நண்பர்கள் அவ்வப்போது என்னை கிண்டல் செய்வார்கள்.

''பிசினஸ் மேன்'' என்ற வார்த்தை கேட்பதற்கும், சொல்வதற்கும் இனிக்கின்ற வார்த்தைதான். ஆனால் ஒரு பிசினஸ் மேனாக இருந்து பார்ப்பவர்களுக்குத்தான் தெரியும், அதன் கஷ்ட நஷ்டங்கள்.

எல்லாம் இக்கரைக்கு அக்கரை பச்சை கதைதான். தனக்காக இல்லா விட்டாலும் தான் ஏற்றுக்கொண்ட வேடத்திற்காகவே ஓடிக்கொண்டே இருக்க வேண்டியுள்ளதே என்று எனக்கு நானே மனதிற்குள்ளேயே பேசிக்கொண்டே வீட்டை நோக்கி நடக்கத்தொடங்கினேன்.

அது பதினைந்து குடும்பங்களைக் கொண்ட தொகுப்பு வீடுகளை உள்ளடக்கிய பகுதி. நான் அந்த இடத்தை அடைந்தபோது பிரதான நுழை வாயின் கேட்டை அடைத்து பூட்டிவிட்டிருந்தார்கள்.

''வாட்ச்மேன் ..., வாட்ச்மேன் ...'' என்று அந்த இரவையும் பொருட் படுத்தாமல் கத்தினேன்.

''......................''

''வாட்ச்மேன் ..., வாட்ச்மேன் ...'' மீண்டும் கத்தினேன். நான் எழுப்பிய ஓசை கேட்பார் இன்றி எனக்கே திரும்ப வருவது போல இருந்தது.

"........................."

ம்ஹூம் என்ன கத்தியும் வாஜ்மேன் வரவில்லை. காலனியிலுள்ள ஏனையோருக்கும் நான் கத்தியது கேட்டதா இல்லையா என்பதும் தெரியவில்லை.

செல்போனில் எனது மனைவியை அழைத்து உதவி பெறலாமா என்று எண்ணிய போது, எனது செல்போன் சார்ஜ் இல்லாது ஸ்விட்ச் ஆஃப் ஆகி விட்டிருந்தது. மனம் வெறுத்துப் போனவனாய், தூக்கம் கண்ணை கட்ட, செய்வதறியாது தோள் பையை கீழே வைத்துவிட்டு கம்பிக்கேட்டில் உடலை சரித்து, கண்களை மூடியபடி நின்றிருந்தேன்.

"உஷ் ... உஷ் ..." என்ற உறுமல் சத்தம் எனது கவனத்தை கலைக்க, கண்களை சிரத்தையோடு திறந்து பார்த்தேன்.

"உஷ் ... உஷ் ..." என்று உறுமியபடி எனது செல்ல நாய் பிளாக்கி, கேட்டிற்கு அந்தப்பக்கம் நீளவாக்கில் ஓடியபடி எனக்காக கவலையோடு உலாத்திக்கொண்டிருந்தது.

அதனால் எனக்கு உதவ முடியாது என்பது எனக்கு நன்றாக தெரியும். ஆனால் இந்த விவரமெல்லாம் பாவம் அதற்கு தெரியாதே.

"ஏய் பிளாக்கி" என்றேன்.

அங்கும் இங்குமாய் ஓடி ஓடி தவித்துக்கொண்டிருந்த பிளாக்கி, என்னை நோக்கி பாய்ந்துவந்து கேட்டிற்கு அந்தப்பக்கமாய் இருந்து தாவி தலையை கம்பிகளுக்கிடையே நீட்டி, என்னை முகர்ந்து பார்த்துவிட்டு நாக்கால் நக்கியது. நான் ஆபத்தில் மாட்டிக்கொண்டு நிராதரவாய் நிற்பதாய் நினைத்து எனக்காய் வருந்தியது பிளாக்கி.

என்னுடைய நிலையை விட, பிளாக்கி தவித்த தவிப்புதான் எனக்கு என்னமோ போல இருந்தது.

இனி யாரையும் நம்பி பிரயோஜனம் இல்லை என்ற முடிவுக்கு வந்தவனாய் தோள் பையை கேட்டிற்கு அந்தப்பக்கமாய் தூக்கி எறிந்துவிட்டு, நான் மெதுவாய் கேட்டின் கம்பிகளைப்பற்றி அடிமேல்

அடியெடுத்து வைத்து கேட்டின் மேல் ஏறி, ஒரு இரவு நேர திருடனைப்போல என் வீட்டிற்குள் செல்ல அத்துமீறினேன்!

நான் காம்பவுண்டிற்குள் குதித்ததுதான் தாமதம், பிளாக்கிக்கு என்ன ஒரு சந்தோஷம்! அப்படியே தாவி இரண்டு முன்னங்கால்களையும் என் நெஞ்சின் மீது வைத்து என்னை கொஞ்சத் தொடங்கிவிட்டது. ''பிளாக்கி ..., ஏய் பிளாக்கி'' என்று அதை தடவிக்கொடுத்து விட்டு நடந்தேன்.

''அப்பா எனக்கு பப்பி வேணும், பப்பி வேணும் ...'' என்று ஓயாமல் நச்சரித்தான் என் மகன் சுரேஷ்.

''ஏங்க, அவன் தான் நாய் வேணுன்னு கேட்குறானில்ல. எங்காவதும் கேட்டு ஒரு நாயை வாங்கிக் கொடுத்திருங்களே'' என் மனைவி கவிதாவும் நச்சரித்தாள்.

தெரிந்த கால்நடை மருத்துவர் ஒருவரை எதேச்சையாக சந்திக்க நேர்ந்தது.

''டாக்டர், ஒங்ககிட்டத்தான் ஒரு விசயமா பேசணும்ன்னுட்டு இருந்தேன்'' என்றேன்.

''ம்ம்ம்...., சொல்லுங்க பாஸ்கர்'' என்றார் டாக்டர். எனது நண்பன் சேதுபதியின் காளை மாட்டின் உயிரை காப்பாற்றிவர் அவர். அந்த நட்பும் மரியாதையும் தொடர்ந்து கொண்டிருந்தது.

''என்னோட பையனுக்கு நாய் வளர்க்கறதுல கொள்ளை பிரியம் டாக்டர். நாய் வேணும்ன்னு கேட்டு படுத்தி எடுக்குறான். என்ன நாய் வாங்கலாம், எங்கே வாங்கலாம்ன்னு ஒரு ஐடியா குடுத்தீங்கன்னா பரவாயில்லை'' என்றேன்.

''ஜெர்மன் செப்பர்டு வாங்கிக் கொடுங்களேன். பாக்கவும் 'பேன்ஸியா இருக்கும்'' டாக்டர் சொன்னார்.

''அது எவ்வளவாகும் டாக்டர்''

''என்ன மீறிப்போனா நாலாயிரம் ஐயாயிரம் ரூபாய்க்குள்ள வரும்''

''என்ன டாக்டர் ஒரு நாய்க்குட்டியோட வெலை நாலாயிரம் ஐயாயிரமா?''

''என்ன இதுக்கே அசந்து போயிட்டீங்க! எட்டு லட்சம் பத்து லட்சத்துக்கு கூட நாய்கள் விற்குது. அதை வாங்கி வளத்தறதுக்கும் ஆளுங்க இருக்கத்தான் செய்யுறாங்க'' என்று மருத்தவர் சொன்னதும் எனக்கு லேசாக தலை சுற்றியது.

அதை வெளிக்காட்டிக் கொள்ளாமல், ''சார் நாலாயிறம் கொடுக்கற அளவுக்கு அது வொர்த்தா?'' என்றேன்.

''என்னங்க இப்படி கேட்டுட்டீங்க? நாய் வளக்கறது ஒரு மாதிரியான பேசன். அதாவது ஹாபி. அது நம்ம மன சந்தோஷத்துக்காக வளத்தறது. அதுல போயி யாராவது லாபம் நஷ்டம் பார்ப்பாங்களா?'' என்றார்.

''நான் பார்ப்பேன். காசு என்ன மரத்திலா காய்க்கிது? பணத்தை சம்பாதிக்கத் தானே ஒவ்வொரு மனுசனும் நாய் படாத பாடுபடுறான்'' என்று மனதிற்குள்ளேயே நினைத்துக் கொண்டேன்.

நீண்ட நேர யோசனைக்குப்பின், ''யாருகிட்ட கிடைக்கும் டாக்டர்?'' என்றேன் ஒரு முடிவிற்கு வந்து விட்டவனாக.

யாருக்கோ செல்போனில் கால் செய்து பேசியவர், போனை அனைத்து வைத்துவிட்டு, ''இப்ப கைவசம் குட்டி இல்லையாம், அடுத்த மாசம் போனா எடுத்துக்கல்லாம்'' என்றார் கால்நடை மருத்துவர்.

''சரி டாக்டர், நல்ல குட்டியா ஒண்ணு வாங்கி கொடுங்க. பையன் ஆசைப்படுறானே!'' என்று சொல்லிவிட்டு விடை பெற்றுக்கொண்டேன்.

மருத்துவர் சொன்ன நாய்களின் விலைப்பட்டியல் என்னை பயமுறுத்திக் கொண்டே இருந்தது. ''ஏன் சாதாரண நாய்களை இத்தனை விலை கொடுத்து வாங்குகிறார்கள்? அத்துனை விலைக்கு ஏன் விற்கிறார்கள்? நாய் வித்த காசு கொறைக்காது என்ற தைரியத்தாலா?'' என்று எனக்கு நானே கேட்டுக் கொண்டேன்.

''இந்த வருசம் காய்ப்பு நல்லா இருக்குய்யா. அம்மாவும் மாசத்துக்கு ஒரு முறை தான் தோட்டத்துப்பக்கம் வாராங்க. நீங்க என்னடான்னா ஆறு

மாசம் ஒரு வருசத்துக்கு ஒரு முறைதான் இந்த பக்கமே தலை காட்டுறீங்க. அப்பப்ப வந்துட்டுப் போனாத்தானே எங்களுக்கு தெம்பா இருக்கும்'' என்றான் தோட்டத்தை காவல் காத்து வரும் மணியன்.

''எங்க மணி நேரங்கிடைக்குது? எப்பவுமே காலில் சக்கரத்தை கட்டி கிட்டு ஓடுற மாதிரிதான் இருக்குது. இனிமே அடிக்கடி வாரேன்'' என்றேன்.

வேகவேகமாக ஓடிப்போனவன், தென்னமரத்திலிருந்து நாலு தேங்காய் களை இளங்காயாக பார்த்து பறித்து வந்து வெட்டிக்கொடுத்தான்.

''சுரேஷ் நீ குடிக்காத. ஒனக்கு சேராது. சளிப் புடுச்சிக்கிடும்'' என்று சுரேஷ் இளநீர் குடிக்க தடை விதித்துவிட்டாள் கவிதா.

இளநீரை குடித்து தாகம் போக்கிக்கொண்டதும், அடித்த காற்றுக்கும், தென்னை மர நிழலுக்கும் தூக்கம் அசத்திக்கொண்டு வந்தது. கயிற்றுக் கட்டிலில் படுத்தவன் என்னையும் அறியாமல் நன்றாக தூங்கிப் போனேன்.

தூங்கி எழுந்து தோட்டத்தை விட்டு கிளம்பும்போது மாலை மயங்கி விட்டிருந்தது. தோட்டத்து வீட்டில் செருப்பை கழற்றிப்போட்ட இடத்தில் செருப்பு மாட்ட சென்றபோதுதான் கவனித்தேன், தோட்டத்தில் காவல் காத்த நாய் ராணி, குட்டிகளை ஈன்றிந்தது.

''என்ன மணியா, நாய் குட்டி போட்டிருக்கோ?'' என்றேன்.

''ஆமாயா, அஞ்சு குட்டி போட்டுச்சி. அதுல அந்த கருங்குட்டி இருக்கு பாருங்க, அதுதான் ஆணு. மத்ததெல்லாம் பெட்டை'' என்றான்.

நான் நாயைக் காட்டி பேசிக்கொண்டிருந்ததைப் பார்த்து என்னருகே ஓடிவந்த சுரேஷ், ''அப்பா எனக்கு ஒரு பப்பி வேணும்பா'' என்றான்.

அந்த கருப்பு குட்டிய வேணுன்னா தூக்கி கிட்டு போங்கையா. அதான் பையனும் ஆசைப்படறானே'' என்றான் மணியன்.

''ஒரு நாயை நாலாயிரம் ஐயாயிரம் குடுத்து வாங்கணுமா? நம்ம தோட்டத்துலேயே 'பிரியாவே நாட்டு நாய் கெடைக்கும் போது, எதுக்கு விலை கொடுத்து வாங்கணும்?'' என்று எனது உள்ளுணர்வு சொல்லவே, உடனே ஓடிச்சென்று அந்த கருப்புக் குட்டியை கையில் எடுத்துக் கொண்டேன்.

என் கையில் நாய் குட்டியின் சூடு கதகதவென்று ஏற, ஏதோ ஒரு குழந்தையை கையில் தாங்கிய உணர்வு ஏற்பட்டது.

என் முகத்தை கூர்ந்து பார்த்து, ''யார் இவன்? என்னை எதுக்கு கையில் ஏந்திக்கொண்டு நிற்கிறான்?'' என்று கேட்பது போல் முகத்தை வைத்துக் கொண்டிருந்தது அந்த நாய்க்குட்டி.

காரில் ஏற்றப்பட்ட அந்த குட்டி தோட்டத்திலிருந்து நேரே எங்கள் வீட்டிற்கு வந்துவிட்டது. கார் பயணம் முழுவதும் தூங்கிக்கொண்டேதான் வந்தது.

பொறந்த வீடு வேறு புகுந்த வீடு வேறு என்பது பெண்களுக்குத்தான் என்பதில்லை. பெரும்பாலான நாய்க்குட்டிகளுக்கும் அது தான் விதிக்கப் பட்டிருக்கும் போல.

''பிளாக்கி'' என்கிற பெயரை அதன் நிறம் பார்த்து சூட்டியது சுரேஷ்தான். பிளாக்கி என்பது அழைப்பதற்கு எளிமையாகவும் மாடர்னாகவும் இருந்ததால் பிளாக்கி என்றே நானும் கவிதாவும் அழைக்க ஆரம்பித்து விட்டோம்.

''ஏங்க பால் ஊத்தி வச்சாலும் குடிக்க மாட்டேங்குதுங்க'' என்று கவிதா ஒரு பக்கம் என்றால், ''அப்பா, பிளாக்கிக்கு பிஸ்கட் கொடுத்தா சாப்பிட மாட்டேங்குதுப்பா'' என்று சுரேஷ் மறு பக்கமாக, ஒரே பிளாக்கி புராணமாக இருந்தது.

''அது பாவம் தாயை பிரிஞ்ச வருத்தத்துல இருக்கும். புது எடம்ங்கறதாலே ரெண்டு நாளைக்கு அப்புடித்தான் இருக்கும். அப்புறமா சரியாயிடும். அது வரைக்கும் அதை தொந்தரவு பண்ணாம இருங்க'' என்று அவர்களுக்கு சொல்லி வைத்தேன்.

இரண்டு மாதத்தில் எத்தனை மாற்றம்? மளமளவென வளர்ந்து விட்டிருந்தது பிளாக்கி.

''ஏங்க, நாயோட பையன் விளையாடுறான், அதை தூக்கி வச்சு கொஞ்சுறான் எதுக்கும் அதுக்கொரு தடுப்பூசி போட்டு விட்டிருங்க''

என்றாள் கவிதா. சரிதான் என்று குட்டியை தூக்கிக்கொண்டு கால்நடை மருத்துவரிடம் சென்றேன்.

''கஞ்சப்பய, நாலாயிரம் கொடுத்து நாய் வாங்கறதா சொல்லிவிட்டு, ஏதோ ஓசியில கெடச்ச நாட்டு நாயை தூக்கிகிட்டு வந்து, அதுக்கு தடுப்பூசி வேற போடச்சொல்றான் பாரு'' என்பது போல, கால்நடை மருத்துவர் பார்த்த பார்வை எனக்கு ஒரு மாதிரியாகத்தான் இருந்தது.

சுரேஷிற்கு பத்து நாட்கள் அரையாண்டுத் தேர்விற்கு விடுமுறை அறிவித்திருந்தார்கள். ஊருக்கு சென்று வரலாமே என்று கிளம்பிய போது, ''பிளாக்கியை என்ன செய்வது?'' என்கிற கேள்வி எழுந்தது.

சுரேஷ் பிளாக்கியையும் உடன் அழைத்துச் செல்லலாம் என்று அடம் பிடித்ததால் காரில் பின் சீட்டில் ஏற்றிக்கொண்டு ஊருக்கு கிளம்பினோம். வழியில் டீக்குடிக்க நின்ற போதெல்லாம், அதற்கு பாலும் பிஸ்கட்டும் வாங்கி கொடுத்தே அழைத்துச் சென்றோம்.

ஒரு முறை இரண்டு முறையில்லை, நான்கைந்து முறையாவது ஊருக்கு சென்றுவரும்போதெல்லாம் எங்களோடு சேர்ந்தே காரில் பயணம் செய்தது பிளாக்கி. ''இந்த நாயிக்கு வந்த வாழ்வை பாரு?'' என்று எனது அம்மா கேலி செய்தாள்.

பிளாக்கி வளர வளர அதனுடைய போக்கிலும் மாற்றம் தெரிந்தது. சிறு வயதில் கட்டி வைத்தால் கம்மென்று இருந்தது, வளர்ந்ததும் ஓர் இடத்தில் நிற்கவில்லை.

ஒரு நாள் கட்டி வைத்திருந்த கயிற்றை பற்கலால் கடித்து அறுத்துவிட்டு வீட்டை விட்டு வெளியேறி தெருவில் திரியும் நாய்களோடு சங்கமமாகி விட்டது. எங்கெங்கோ அலைந்து திரிந்துவிட்டு சாயங்காலம் வீடு திரும்பிய பிளாக்கியை சங்கிலியால் பிணைத்து கட்டிப்போட முயற்சி செய்தேன். ம் ... கூம், என்னருகில் வரவே தயாராய் இல்லை பிளாக்கி.

அன்றோடு வீட்டு நாய் என்னும் பட்டத்தை இழந்துவிட்டது பிளாக்கி. பகல் பொழுது முழுவதும் தெரு நாயாகவும், இரவு நேரங்களில் வீட்டிற்கு

வந்து போட்டதை சாப்பிட்டுவிட்டு தூங்கும் வீட்டு நாயாகவும் வாழ பழகிக் கொண்டது.

செவிக்கு எட்டும் தூரத்தில் எங்கிருந்தாலும், "பிளாக்கி" என்று குரல் கொடுத்தால் போதும், ஓடோடி வந்துவிடும்.

பிளாக்கி வீட்டோடு இருந்தவரை, தினமும் அதை தொட்டு, அதனோடு விளையாடிய எனக்கு, அது தெரு நாயானதும் ஏனோ அதை தொட மனது வரவில்லை.

பிளாக்கி ஊர் சுற்றிவிட்டு வந்தவுடன் என்னை பார்த்துவிட்டால் என் மேல் தாவி ஏறி கொஞ்ச எத்தனிக்கும். என் மகன் பள்ளியிலிருந்து வீடு திரும்பும் போது பார்த்துவிட்டால் அவனை தொற்றிக்கொள்ள ஓடி வரும்.

ஆனால் பிளாக்கி பக்கத்தில் வந்தாலே நான் அதை விரட்டி விடுவேன். அதுவும் பயந்து கொண்டு தூரமாய் ஓடிவிடும். என் மகனோ அதை பார்த்தாலே வெளியே தலைகாட்டாமல் வீட்டிற்குள்ளேயே பதுங்கிக் கொள்வான்.

அழுக்கு, சுத்தம், நல்லது, கெட்டது எல்லாம் மனிதனுக்கு மட்டும் தானே தெரிந்து தொலைத்திருக்கிறது. பாவம் வாயில்லா ஜீவனுக்கு தெரியுமா, சுத்தம் பத்தம் என்னவென்று? "என்னடா இவன், நேத்து வரை நம்மோடு கொஞ்சி விளையாடிவிட்டு இன்னிக்கு என்னமோ அருகே போனாலே பிகு பண்ணிக்கிறானே. இவன் என்ன லூசா?" என்று அது நினைத்திருக்குமோ என்னவோ?

இன்னொரு பெண் நாயையும் அழைத்து வந்து தன்னுடன் தங்கவைத்துக் கொண்டது பிளாக்கி.

முதல் நாள், அந்த பெண் நாயை பார்த்ததும் எனக்கு பொல்லாத கோபம் வந்துவிட்டது. அதை விரட்டி அடிக்க கல்லை எடுத்து அதன் மீது வீசி எறியவும், அது சற்றே விலகித் தன்னை தற்காத்துக்கொண்டு தூற ஓடிவிட்டு, நான் அசந்த சமயம் பார்த்து மீண்டும் வந்து பிளாக்கியுடன் ஒட்டிக்கொண்டது.

இரண்டு மூன்று நாட்கள் விரட்டி பார்த்தும் அது அந்த இடத்தை விட்டு நகர்வதாய் இல்லை. அதற்குப் பின் அதை விரட்டி விடும் எண்ணம் எனக்கும் இல்லாமல் போய்விட்டது.

பிளாக்கிக்கும் அந்த பெண் நாய் மேல் கொள்ளைப் பிரியம். எப்போதும் இரண்டும் ஜோடியாகத்தான் சுற்றித் திரியும்.

''என்னங்க, இங்க பாருங்க இந்த பிளாக்கியை. சாப்பாடு வச்சா சாப்பிடாம மூஞ்சியை தூக்கி வச்சிகிட்டு இருக்கு. வந்து செத்தை பாருங்களே'' என்றாள் கவிதா.

செல்போனை நோண்டிக்கொண்டிருந்த நான் ''என்ன ஆச்சு?'' என்று கேட்டுக்கொண்டே வாசல்வரை சென்று பார்த்தேன்.

பிளாக்கிக்கும் அதன் ஜோடிக்கும் தனித்தனியே இரண்டு தட்டுகளில் சாப்பாடு வைக்கப்பட்டிருந்தது. பிளாக்கி சாப்பாட்டு தட்டு பக்கமாக தலையை தரையோடு சேர்த்து வைத்துக்கொண்டு சாப்பிடாமல் உண்ணாவிரத மிருக்க, அதன் ஜோடியாக வந்து சேர்ந்த பெண் நாய், எந்த கவலையுமின்றி சாப்பிட்டுக்கொண்டிருந்தது.

''ஏன் பிளாக்கி சாப்பிடல?''

''ம்ம் ... அதுக்கு கோபம்'' என் மனைவி சொன்னாள்.

''என்ன கோபமாம்?''

''அதுக்கு மட்டுந்தான் சாப்பாடு வைக்கணுமாம். அது தின்னு வச்ச மிச்ச மீதியத்தான் அந்த பொட்ட நாயி சாப்பிடணுமாம். இதுக்குத்தான் இந்த வீட்டுல உரிமை இருக்காம். இதுக்குத்தான் முதல் மரியாதை தரணுமாம். அந்த நாயும் பாவம்ன்னு சொல்லி தனியா தட்டுல சோறு போட்டு வச்சிட்டேன் இல்லையா? அதனாலதான் கோபம்'' என்று கவிதா விளக்கினாள்.

அந்த காட்சி, முதலில் எனக்கு சிரிப்பை வரவழைத்திருந்தாலும், நாய் களுக்கு கூட ரோசம், ஈகோவெல்லாம் இருக்கிறதே என்று யோசித்த போது ஆச்சரியமாகத்தான் இருந்தது.

நாளாக நாளாக பிளாக்கிக்கும் எங்களுக்குமான உறவு என்பது நீர்த்துப் போய் இரவு நேரமானால் மீதமான சோற்றை அதற்கென வைத்திருந்த தட்டில் போட்டு வைத்து விடவேண்டியது, அது வந்த நேரம் சாப்பிட்டுக் கொள்ள வேண்டியது என்றாகிப்போனது.

ஆனால் பிளாக்கிக்கும் அதன் ஜோடிக்குமான உறவு மிகவும் உறுதியாகிப் போனது. ஒன்றை விட்டு ஒன்று பிரியமுடியாதபடி, எங்கு சென்றாலும் ஜோடியாகவே செல்வதும் வருவதுமாய் அப்படியொரு ஒற்றுமை அதுகளுக்கிடையில்.

எங்கெங்கோ ஊர் சுற்றித் திரிந்தாலும், தடம் வழியில் எங்களை பார்த்துவிட்டால் பின்னாடியே ஓடி வந்துவிடும் பிளாக்கி.

காலையில் வாக்கிங் செல்லும் போது எவ்வளவு தூரம் நடந்தாலும், ஒரு ஐந்தடி தூரத்தில் எனக்கு முன்னோ பின்னோ ஓடியபடி என்னை தொடர்ந்து வந்து கொண்டிருக்கும் பிளாக்கி.

வாக்கிங் மட்டுமா, கடைக்கு சென்றாலும் சரி, ஹோட்டலுக்கு சென்றாலும் சரி, அது எங்களோடு கடையில் உள்ளேயே வந்துவிடும். கடைக்காரர்கள் அதை விரட்டி விரட்டி அடிப்பார்கள்.

கௌரவம் கருதி, அது என் நாய் என்பதாக நான் காட்டிக்கொண்டதே இல்லை. அப்படி ஒரு தெரு நாயிக்கு நான் தான் மாஸ்டர் என்று தெரிய வந்தால், அந்த இடத்தில் என் கௌவரம் என்ன ஆவது?

வழக்கமாக மாலை நேரங்களில் ஊர் சுற்றிவிட்டு வீடு திரும்பிவிடும் பிளாக்கி. ஏனோ நாலைந்து நாற்களாய் வீடு பக்கமே தலைகாட்ட வில்லை.

அது வரவில்லையே, போட்டு வைத்த சாப்பாட்டு அப்படியே உள்ளதே என்று நாங்களும் அலட்டிக் கொள்ளவில்லை.

ஒரு நாள் திடீரென்று வந்து வாலாட்டியபடி நின்று கொண்டிருந்தது பிளாக்கி. ''கவிதா, இங்க பாரு, எங்கேயோ சுத்தியடிச்சிட்டு வந்திருக்கு பிளாக்கி. இதுக்கு கொஞ்சம் சோத்தை போடு'' என்று என் மனைவிக்கு சொல்லிவிட்டு வெளியே கிளம்பியவன் தான், அந்த இரவு நேரத்தில்

கேட்டிற்கு வெளியே தவிப்போடு நின்ற போதுதான் பிளாக்கியை மீண்டும் பார்த்தேன்.

பிளாக்கியை நான்தான் தெரு நாயென்று விலக்கி வைத்துவிட்டிருந்திருக்கிறேன். ஆனால் பிளாக்கிக்கோ, நான் தான் என்றும் அதன் எஜமான்.

குட்டியாக இருந்த போது ஒரு முறை பிளாக்கி உருகி நின்ற தாரில் மாட்டிக்கொண்டது. ஓடிப் போய் தூக்கிப் பார்த்தால், தார் உடம்பெல்லாம் பிசின் போல் ஒட்டிக்கொண்டிருந்தது.

வீட்டிற்கு கொண்டு வந்து மண்ணெண்ணை தொட்டு தடவி தடவி தாரை உடம்பிலிருந்து பிரித்து எடுத்தேன். வலி தாங்க முடியாம் "கீச் கீச்" என்று முனகலுடன் சத்தத்தை எழுப்பிக்கொண்டே இருந்தது பிளாக்கி. என் மகன் எனது அருகே நின்று பிளாக்கியையே பரிதாபமாக பார்த்துக் கொண்டிருந்தான்.

அன்று நான் பிளாக்கி மீது காட்டிய பரிவுதானோ என்னவோ, பிளாக்கிக்கு என் மீது தனி பிரியத்தை ஏற்படுத்தியிருந்தது.

ஒரு முறை காலாண்டு விடுமுறை நேரத்தில் என் மனைவியும் மகனும் எங்கள் சொந்த ஊருக்கு சென்றுவிட்டிருந்தனர்.

அந்த நேரம் பார்த்து எனக்கு உடம்பு சரியில்லாமல் போய் காய்ச்சல் சளியால் அவதிப்பட வேண்டியதாயிற்று. பக்கத்து வீட்டில் எனது நிலையறிந்து கஞ்சி வைத்து கொடுத்திருந்தார்கள்.

எப்போதும் வெளியே ஊர் சுற்ற கிளம்பிவிடும் பிளாக்கி, வாசல் அருகேயே படுத்துக்கொண்டு எனக்காக தவமிருப்பதைப் போலவே காத்துக்கொண்டிருந்தது.

அது பசியிலிருக்குமே என்று வாஜ்மேனை அழைத்து பிளாக்கிக்கு மட்டும் ஹோட்டலில் டிபன் வாங்கி வரச் சொல்லி கொடுக்கச் சொன்னேன்.

என்ன ஆச்சரியம், வாங்கி வந்த டிபனை ஒரு வாய் வைக்கவில்லை பிளாக்கி. இரண்டு நாள் கழித்து, நான் ஓரளவு தேறி எழுந்தவுடன் தான் சாப்பாட்டை வாயிலேயே வைத்தது பிளாக்கி.

எத்தனை நெருங்கிய உறவுகளாக இருந்தாலும் மனிதர்களால் அப்படி இருக்க முடியுமா? என்று யோசித்தபோது, எனக்கு பிளாக்கியின் செயல் பிரமிப்பையே தந்தது.

''ஏங்க, மறுபடியும் என்ன ஆச்சு இந்த பிளாக்கிக்கு? ரெண்டு நாளாச்சி போட்டு வச்ச சோறு தட்டுல அப்படியே இருக்கே'' என்று எனது மனைவி குறைபட்டுக்கொண்ட பின்னர்தான் பிளாக்கியின் ஞாபகமே வந்தது.

''அட வுட்டுத்தள்ளு. இது என்ன புதுசா? ரெண்டு நாளைக்கு காணாம போயிடும். அப்புறமா திரும்பி வந்து நிற்கும். வாரப்போ வரட்டும்'' என்று சொல்லிவிட்டு, அத்தோடு பிளாக்கியை மறந்துவிட்டேன்.

''சார், நீங்க வளத்த அந்த கருப்பு நாய் ரெண்டு நாளைக்கு முன்னாடி செத்து போச்சு சார்'' என்று வருத்தம் தோய்ந்த குரலில் வாஜ்மேன் சொன்னார்.

''ஐயையோ, என்னாச்சு?'' என்றேன் பதட்டத்தோடு.

''சார் நம்ம குடியிருப்பு பகுதியில இருக்கிற கிணறை ஒட்டி புதர் அண்டி கெடக்குமே, அதுக்குள்ள எதையோ புடிக்க போன நாயை பாம்பு கடிச்சிருச்சு போல சார். வெளியே வந்தது ரெண்டு தரம் கொலைச்சது. அப்புறமா ஒடம்பு கிடு கிடுன்னு நடுங்கிச்சு சார். அந்தப்பக்கமா ஓடிச்சி. அவ்வளவு தான் சார் தெரியும். ஓடிப்போய் பார்த்தா அது செத்து கெடந்துச்சு'' என்றார்.

''ஐயையோ ..., பிளாக்கி செத்துப்போச்சா?'' என்று கேட்டு ஒரு நிமிடம் அதிர்ந்து போய் நின்று விட்டேன். மனது மட்டும் லேசாக கனத்தது. அதற்கான ஒரு சொட்டுக்கூட கண்ணீர் வரவில்லை. எனது சிறு துன்பமோ, சிறு கஷ்டமோ பிளாக்கியை பாதித்த அளவு, அதற்காக அது துடித்த அளவு, அது இறந்த செய்தி கேட்டும்கூட எனக்கு கண்ணீர் வரவில்லை. அது ஏன் என்று யோசித்த போதுதான், நான் ஆறறிவு படைத்த மனிதன் என்பதை புரிந்துகொண்டேன்.

அந்த பிளாக்கி உயிர் துறக்கும் முன், நான் காப்பாற்ற வருவேன் என்று எதிர்பார்த்து ஏமாந்து போயிருக்குமோ என்னவோ?

இதே போல் நான் இறந்து, பிளாக்கி அதை எதிர்கொள்ள நேர்ந்திருந்தால் அது என்னைப் போல் அழவோ, கதறவோ, துடிக்கவோ கௌரவம் பார்த்திருக்குமா என்று நினைத்தபோது, எனது மானிட பிறப்பை நினைத்து எனக்கே வெறுப்பாகவும் வெட்கமாகவும் இருந்தது.

பிளாக்கியை இழந்துவிட்ட சில நாட்களில், நாலைந்து குட்டிகள் பின் தொடர பிளாக்கியின் ஜோடி நாய், எங்கள் வீட்டுப் பக்கம் தளர் நடைபோட்டு வந்தபோதுதான், அது குட்டி போட்ட விசயமே எங்களுக்கு தெரியவந்தது.

வெள்ளை நிறத்தில் இரண்டு குட்டிகளும், கருப்பு வெள்ளை கலந்து இரண்டு குட்டிகளும், ஒரே ஒரு குட்டி மட்டும் முழுவதும் கருப்புநிறத்தில், பார்க்க அச்சு அசலாய் பிளாக்கியை குட்டியாய் பார்த்தது போலவே இருந்தது.

அதை மட்டும் எடுத்து வளர்த்தால் என்ன என்று கூட மனதுக்குள் தோன்றியது. வளர்த்து மட்டும் என்ன ஆகிவிடப்போகிறது. அதை கடைசிவரை வைத்து காப்பாற்றும் தகுதி நமக்கு இருக்கிறதா? என்று நினைத்தபோது, நன்றியுள்ளவர்கள் மட்டும்தான் நாய் வளர்த்த வேண்டும் என்கிற உணர்வு, நான் நாய் வளர்த்த தகுதியற்றவன் என்பதை எனக்கு சுட்டிக்காட்டியது.

உயிர்ச்சூடு

ஊரே அடங்கி நிசப்தம் ஆகி விட்டிருந்தது. அந்த நடு நிசியிலும் கலவரப்பட்ட நாய் ஒன்று தனியே குரைத்து தனது இருப்பை காட்டிக் கொண்டிருக்க, அந்த சிறிய அறையின் மின் விளக்கின் மெல்லிய ஒளி, அறையை மங்களாய் நிறைத்திருந்தது. ஒரு ஓரத்தில் கிடத்தியிருந்த கட்டிலில் பலகீனமாய் படுத்து கிடந்தார் முருகைய்யா.

இரும முடியாமல் இருமிக்கொண்டவர் சிரமப்பட்டு, ''தொரை ... ... ஏப்பா தொரை ...'' என்று ஒருமுறை அழைத்துவிட்டு அமைதியாகிப் போனார்.

வயதாகிவிட்டாலே இரவு ஒரு சுமையாகிவிடுகிறது. அதுவும் தனிமையும் உறக்கமின்மையும் முதுமையின் கொடுமையாகவே முருகையாவிற்கு தெரிந்தது.

தூக்கம் வராமல் தனது நினைவு சாட்டையை சுழற்றியவருக்கு, பல்வேறு நிகழ்வுகள் மனதில் தோன்றுவதும் மறைவதுமாய் இருந்தன.

''ஏலே முருகைய்யா, ஒனக்கு தாட்டியம் இருந்தா இந்த எளவட்ட கல்லை தோள்ள தூக்கி நிறுத்து பாக்கலாம்'' காத்தவராயன் சொன்னது தான் தாமதம். இரண்டு கைகளாலும் இளவட்ட கல்லை பற்றி ஒரே மூச்சையாய் தூக்கி தோள்களில் ஏற்றி இரண்டடி நடந்துவிட்டு பின்புறமாய் கீழே நழுவவிட்டார் முருகைய்யா.

கைகளை தூக்கி இரண்டு முறை உதறிக்கொண்டே ''இப்ப என்னடா சொல்ற?'' என்பது போல காத்தவராயனைப் பார்த்து கண் ஜாடையிலே

அன்று கேட்டது முருகையாவின் ஞாபகத்தில் நிழலாடியது. அவரது காளைப்பருவத்தில் நிகழ்த்திக்காட்டிய சாகசங்கள் ஒன்றா? இரண்டா?

அதற்குபின் அந்த இளவட்ட கல்லை யாரும் தூக்கியதாய் முருகையாவின் நினைவில் இல்லை. இன்னும் குளத்து மேட்டு அரச மரத்தடியில் அந்தக்கல் கேட்பாரற்று அப்படியேதான் கிடந்தது. இன்னும் எத்தனை வருஷம் ஆனாலும் அது அங்கேதான் கிடக்கும்.

''இப்ப எல்லாம் யாரு உடம்பு வலிமையைப் பார்த்து மனுஷனை மதிக்கறா?'' என்று தனக்கு தானே பேசிக்கொண்டார் முருகையா.

''தொரை ... ... ஏப்பா தொரை ...'' என்று அழைத்தவர் மீண்டும் அமைதியாகி போனார். இருமல் சத்தமும், ''தொரை ... ... ஏப்பா தொரை ...'' என்கிற அழைப்பும் தான் அந்த சிறிய அறையை உயிரோட்டத்தோடு வைத்திருந்தன.

துரைசாமி, முருகையாவின் இளைய மகன். முருகையாவிற்கு ஏதாவது தேவை என்றால், உதவி என்றால் துரைசாமியை அழைப்பார் முருகையா.

வீட்டில் இருக்கும் நேரத்தில் அப்பாவிற்கு ஒத்தாசை செய்து வந்ததால், துரைசாமியை வார்த்தைக்கு வார்த்தை அழைப்பதை வாடிக்கையாக்கி கொண்டார் முருகையா. ஒரு கட்டத்தில் துரைசாமி வந்தாலும் வராவிட்டாலும் ''தொரை ... ... ஏப்பா தொரை ...'' என்று அழைப்பது தொடர்கதையாகிப் போனது.

''ஏன்டா முருகையா, இந்த வயசுலையும் காடு கரையினு சுத்திட்டு திரியிரியே, உனக்கு என்ன தலை எழுத்தா? ஒரு பாகத்த வித்துப்புட்டு பணத்தை வாங்கி பேங்கல போட்டுட்டு, கால்மேல கால்போட்டுகிட்டு ஜாலியா இருக்கறத விட்டுட்டு ஏன் இப்படி கஷ்டப்படுற?'' என்று கதிர்வேல் பேச்சை ஆரம்பித்தார்.

கதிர்வேல், முருகைய்யாவின் பாலிய சிநேகிதன். இருவரும் பக்கத்து பக்கத்து தோட்டக்காரர்கள். பல நேரங்களில் தோட்டத்திற்கு வருவதும், போவதும் ஒன்றாகத்தான்.

''என்னையா நீ இப்படி பொசுக்குனு தோட்டத்தை வித்துட சொல்லிட்ட? இது என் பாட்டன் பூட்டன் காலத்து சொத்துயா. இத அவ்வளவு லேசுல வித்துட முடியுமா?''

''அதுக்கில்லப்பா, ஒனக்கு இருக்குறதோ ஒரே ஒரு ஆம்பளை புள்ள. மூத்தது இரண்டும் பொம்பளையா போச்சு. இந்த காலத்து பசங்க நம்பள மாதிரி காடு மேடுன்னு அலையவா போறாங்க? அவன் பண்டுதம் பாக்குற அளவுக்கு வச்சுகிட்டு மீதத்த வித்துட வேண்டியதுதானே?''.

''பாக்கணுமா? வேணாம்மான்னு அவன் தான் முடிவு பண்ணணும். வச்சு பாக்கறதும், வித்து திங்கறதும் அவனே முடிவு பண்ணிகட்டும்'' என்று சொல்லி கதிர்வேலின் பேச்சிற்கு முச்சுப்புள்ளி வைத்துவிட்டார் முருகையா.

முருகையா நல்ல உழைப்பாளி. அதே நேரம், நல்லா சாப்பிட்டும் பழகியவர். எதுவாக இருந்தாலும் சுடச் சுட இருக்கவேண்டும். கூழோ, களியோ, அரிசிச்சோறோ, சூடு ஆறிப்போனால் தொண்டையில் இறங்காது அவருக்கு. சூடு ஆறிப்போய்விட்டது என்பதற்காகவே பலமுறை வீட்டில் சண்டையும் போட்டிருக்கிறார்.

இளம் வயதில் எல்லா வித்தைகளையும் கற்றுக்கொண்ட முருகைய்யா விற்கு, சைக்கிள் ஓட்டுவது மட்டும் ஏனோ பிடிபடவில்லை. பழகிக் கொள்ள வேண்டிய வயதில் பழகிக்கொள்ளாததால் அதற்குபின் அந்த வாய்ப்பு வாய்க்கப்படவில்லை. அதனாலையே தோட்டத்திற்கும், வீட்டிற்கும் நடந்தே தான் சென்று வருவார் முருகைய்யா.

''ஏ மாமோ ... ..., எங்கே தனியா நடந்து போறவக?'' என்று வயலில் வேலை செய்துக்கொண்டிருந்த பொன்னம்மாள் அந்த வழியே நடந்து கொண்டிருந்த முருகைய்யாவைப் பார்த்து குரலை உயர்த்தி கேட்டாள்.

''ஏன்டியம்மா, தனியே போகாம, வேற யாரை கூட்டிக்கிட்டு போறதாம்?''

''ஏன் நா வாறேன் கூட்டிக்கிட்டு போங்க''

''வாடியம்மா வா, ஜோடி போட்டுக்குட்டு போகலாம்'' என்று கிண்டல் செய்தார் முருகையா.

''ம்ம்ம் ..., நானா மாட்டேங்கிற. இந்தா ஒங்க தம்பி கிணத்து மேட்டுலதா வேலை செஞ்சுக்கிட்டு இருக்காகோ. அவுககிட்ட ஒரு வார்த்தை சொல்லு மாமா'' என்றாள் பொன்னம்மா குறும்பாய்.

''அடி கிறுக்கு எழவே, உங்கிட்ட வாய கொடுத்தா, நீ அண்ணன் தம்பிக்குள்ளே சண்டை இழுத்து விட்டுறுவ போலேயே'' என்று செல்லமாக திட்டி விட்டு கடந்து செல்வார் முருகைய்யா.

இப்படி தோட்டத்துக்கு போகும்போதும், வரும்போதும் தெரிந்தவர்கள், பழகியவர்கள் என்று யாராவது எதிர்ப்படுபவர்களோடு பேசிவிட்டு செல்வதில் அலுப்பு மறந்தேபோகும்.

முருகைய்யாவின் மனைவி ருக்குமணி. அவள் இறந்து மூன்றாண்டுகள் ஆகிப்போனது. அவள் இருக்கும் வரை காடு கரைக்கு போறது வாரது எல்லாமே, புருஷனும், பொஞ்ஜாதியும் ஜோடி போட்டுகிட்டுதான். ருக்குமணி கண்ணை மூடியதிலிருந்து தனிமரமாய் ஆகிப்போனார் முருகைய்யா.

''அண்ணே, சூடா ஒரு டீயை போடு.'' என்றபடி டீ கடைக்குள் நுழைந்த முருகைய்யாவை, ''ஏம்பா முருகைய்யா, நீ பார்க்க இன்னும் எளந்தாரி கணக்கா தானே இருக்க. பேசாம இன்னொரு கல்யாணம் கட்டிக்கப்பா. ஒரு பொட்டபுள்ள வூட்டுல இருந்தா, கூட மாட ஒத்தாசையா இருக்கு முல்ல?'' டீ யை ஆற்றிக்கொண்டே தனது பொக்கை வாய் காட்டி சிரித்தப்படி கேட்டார் டீ கடை முத்தண்ணன்.

''ஒரு பொண்ணு என்ன ஒரு பொண்ணு? கட்டுறதுதான் கட்டுகிறோம்,

ஒரு நாலஞ்சு பொண்ணா பாரு'' என்று சொல்லிவிட்டு பதிலுக்கு சிரித்தார் முருகைய்யா. முருகைய்யா தெருவில் இறங்கி நடந்தாலே கேளிப் பேச்சும், கிண்டல் பேச்சுமாய் அவர் முகம் எப்பொழுதுமே சந்தோஷத்தில் தான் இருக்கும்.

பழையது அனைத்தையும் நினைத்துப்பார்த்தபோது, ஏதோ நேற்றுதான் நடந்தது மாதிரி இருந்தது முருகைய்யாவிற்கு. ''அதற்குள்ளாகவா இப்படி மரணப்படுக்கையில் தள்ளப்பட்டு விட்டோம்?'' என்று நினைத்த போது இயலாமையில் கண்கள் கலங்கி நீர்க்கோர்த்து நின்றது.

அவரது பதினைந்தாம் வயதில், கூடவே சேர்ந்து விளையாடிக் கொண்டிருந்த வேலப்பன் இறந்துபோன போது, முதன்முதலாய் சாவைக்கண்டு பயந்தார் முருகைய்யா.

''ஏலே முருகைய்யா, ஒன்ஞ் சேர்க்கையாளு வேலப்பன் கெணத்துல விழுந்து செத்துட்டானாமா டோய், ஊரே கெணத்து மேட்டுல தா நிக்குது, சீக்கிரமா ஓடியாடா டேய்'' என்று உரக்க கத்தி அறிவிப்பு செய்து கொண்டே சென்ற சுப்பிரமணியனின் பின்னாடியே ஓடிய முருகைய்யா விற்கு அன்று ஏதும் புரியவில்லை. கிணத்து மேட்டில் கிடத்தி வைக்கப்பட்டிருந்த வேலப்பனின் உடலைப்பார்த்து வேர்த்து விறுவிறுத்து போனது முருகைய்யா விற்கு. ''இதுவா நம்மோடு நேற்று வரை ஓடிப்பிடித்து விளையாடிய வேலப்பன்?'' என்று எண்ணியபடியே கண்களில் பயம் விலகாமல் விறைத்து ஊதி இருந்த அந்த உடலையே பார்த்துக்கொண்டிருந்த முருகைய்யா, ''நாமும் ஒரு நாளைக்கு இப்படிதான் செத்துப் போவோமோ?'' என்று நினைத்துப்பார்த்து கொண்டபோது பயத்தில் உடல் வேர்த்தது.

பக்கத்து வீட்டு முனியம்மா தூக்கில் தொங்கியதை நேரடியாக பார்த்த மிரட்சி, அடுத்த சில நாட்கள் முருகைய்யாவின் தூக்கத்தை தொலைத்து விட்டிருந்தது. தூக்கில் தொங்கிய முனியம்மாவின் உடலை சுற்றிச் சுற்றி வந்து ''அம்மா ... அம்மா ..'' என்று முனியம்மாவின் குழந்தை அரற்றியது,

இன்றும் முருகைய்யாவின் காதுகளில் ஒலித்துக்கொண்டே தான் இருக்கிறது.

''செத்துப்போனா, ஒடம்பு வெறச்சிப்போயி, ஜில்லுனு ஆகிப்போகும், உடம்பு ஊதி, நாக்கு துறுத்தி, மூஞ்சி பாக்கவே விகாரமா இருக்கும். அதனால்தான் சின்னப் பசங்க பயந்துருமேன்னு யாரும் அதுகளை பொணத்துகிட்ட விடறதில்லை'' என்று கருப்பாயி கிழவி முருகையாவின் ஆத்தாளிடம் சொன்னபோது முருகையா சிறுவனாக அதை கேட்டுக் கொண்டுதான் இருந்தார்.

முருகைய்யாவின் அத்தை மகள் செல்விக்கு பேய் பிடித்து விட்டதாக சொல்லி, பேய் ஓட்டும் மந்திரவாதி, அந்த வீட்டையே கலேபரம் ஆக்கியது பேய், பிசாசு பற்றிய எண்ணத்தை உருவாக்கியது.

''ஏய், நீ யாருன்னு சொல்லிடு?'' செல்வி மேல் கைநிறைய விபூதியை அள்ளி வீசியபடியே, பேய் ஓட்டும் கருப்பைய்யா போட்ட கூச்சல் தான் உண்மையில் திகிலூட்டுவதாக இருந்தது.

எந்த வித சலனமும் இல்லாமல் தலையை கவிழ்த்துக்கொண்டு சிலை போல உட்காந்திருந்தாள் செல்வி.

''இந்தப் பொண்ணு மேல வந்து ஏன் இறங்குன? சொல்லுறியா, இல்ல இந்த சவுக்காலேயே விலாசட்டுமா?'' என்று கேட்டுக்கொண்டே நாக்கை துருத்திக்கொண்டு, உடுக்கையை ஓங்கி ஓங்கி அடித்தார் கருப்பைய்யா. மங்கிய விளக்கு ஒளியில் கருபைய்யாவின் முகம் பயமூட்டுவதாக இருந்தது.

ஊர் கோயில் தின்னையில் உட்கார்ந்திருந்த இருவர்,

''ஏப்பா, இந்த பேய், பிசாசு இருக்குங்கிறாங்களே, அது நெசமா?''

''இல்லாமலா ஊருக்குள்ள பேசிக்குவாங்க?''

''அது சரி, அப்படி பேய் வந்தா எப்படிதான் கண்டுபிடிக்குறது?''

''பேய் என்ன மனுஷன மாதிரி கண்ணுக்கா தெரியும்? பார்த்த ஒடனே கண்டுக்குறதுக்கு?''

''பின்ன வேற எப்படி தெரிஞ்சுக்குறதாம்?''

''ராத்திரி நேரத்துல பன்னெண்டு மணிவாக்குல, தலையில மல்லிகைப் பூவை வச்சுகிட்டு எந்த பொண்ணாவது வீதியில நடந்துப் போனா, அவள கட்டாயம் பேய் வந்து புடிச்சுக்கும்''.

''அப்போ ராத்திரி மட்டும் தான் பேய் நடமாடுமா?''

''ஆமா ராத்திரில தான் ஊருக்குள்ள பேய்ங்க தைரியமா வந்து போகும்'' அதனால போறதும் வாரதும் ரொம்ப ஜாக்கிரதையா இருக்கணும்''

இப்படி முருகையா சிறுவனாக இருந்த சமயம், ஊர் முழுக்க பேய் பிசாசு பற்றிய பேச்சுத் தான். அப்போதெல்லாம் இரவு நேரங்களில் பேய் பிசாசு பற்றிய நினைவுகளோடும், பயத்தோடுமே நாட்களை கடத்திருக்குறார் முருகைய்யா.

கல்யாணம் காட்சி என்று ஆனப்பின்பு, பேய், பிசாசு பற்றிய பயம் அவரையும் அறியாமல் காணாமல் போனது. எத்தனையோ முறை சுடுக்காட்டு வழியேதான் தனது தோட்டத்திற்கு போக வர இருந்திருக் கிறார் முருகைய்யா. அவர் எதையும் நேரடியாக பார்த்ததும் இல்லை, பயப்படும்படியாக எதுவும் நடந்ததும் இல்லை.

பெற்றோர்களின் மரணம், கல்லு மாதிரி இருந்த முருகையாவை நிலைகுலைய செய்து விட்டது. ''என்ன பெத்த எப்பே'' என்று உறவுப் பெண் ஒருத்தி தோளை கட்டிக்கொண்டு அழுதபோது மனதிற்குள் நொருங்கி போனாலும், தனது சோகத்தை வெளிக்காட்டிக் கொள்ளவில்லை முருகையா.

''நீ தானப்பா தல புள்ள, நீ தான் கொல்லிப்போடணும் என்று முருகைய்யாவை அழைத்து சென்று காரியங்களை நடத்தினர்.

அதன்பின்பு தனது தாய், தந்தை வயதொத்த பெரியவர்கள் பலரின் இறுதிச்சடங்குகளில் கலந்துக்கொண்ட போதெல்லாம் சாவைப்பற்றி தனக்குள் இருந்த பயம் நீங்கி, ஒருவித பக்குவத்தை எட்டி இருந்தார் முருகையா.

உடல் முறுக்கேரியிருந்த வயதில் உடல் நல கோளாறுகளைக்கூட பெரிதுப்படுத்திக் கொண்டதில்லை முருகையா.

''அய்யோ ஆத்தா, தலைவலி உயிரே போகுதே. செத்த ஆஸ்பத்திரிக்கு கூட்டிட்டு போங்க'' ருக்குமணி தலையில் கையை வைத்துக்கொண்டு கணவனிடம் மன்றாடிய போது, ''அடிப்போடி இவ ஒருத்தி, தலைவலி காய்ச்சலுக்கெல்லாமா ஆஸ்பத்திரி போவாங்க? சுடச் சுட சுக்கு கசாயம் போட்டு குடி. தலைவலி கொறைஞ்சு போகும்'' என்று மனைவிக்கு வைத்தியம் சொல்வதோடு இல்லாமல் ''இந்தா இத்தன வருஷம் ஆகுதே, இதுவரைக்கும் ஒரு ஊசி போட்டிருப்பேனா, ஒரு மருந்து மாத்திரைய கண்டிருப்பேனா? வைரம் பாஞ்ச ஒடம்புடி இது. எனக்கு ஒண்ணுமே ஆகாது'' என்று மனைவி வலியில் துடிக்கும் போதும் தனது உடல் வலிமை பற்றி, உடல் முறுக்கு பற்றி பெருமை பேசியதை நினைத்த போது சிறுப்பிள்ளைத் தனமாய் தோன்றியது.

ருக்குமணி இருந்த வரைக்கும் காளை மாதிரி இருந்த மனுசன் தான், அவள் இறந்த பிறகு உருக்குழைந்து போய்விட்டார்.

''இங்க பாருய்யா, நா ஒருத்தி இருக்குற வரைக்குந்தா ஒன்னோட பவுசு, பகுமானம் எல்லாம். நா ஒருத்தி மட்டும் இல்லாம போயிட்டா, உன்னைய ஏன் எதுக்குனு கூட கேட்க நாதியிருக்காது பாத்துக்க'' என்று ருக்குமணி அடிக்கடி சொன்னதுண்டு.

''அடிப்போடி இவளே, இவ இல்லாட்டி என்னை பாத்துக்கிறதுக்கு வேறே ஆள இல்லை பாரு'' என்று சொல்லி சிரித்துக்கொள்வார் முருகையா. அப்போதெல்லாம் ருக்குமணியின் அருமை பெருமை என்னவென்று புரியவில்லை அவருக்கு.

ருக்குமணி இறந்து கொஞ்ச நாள் வரை திடகாத்திரமாக ஊருக்குள் வலம் வந்துகொண்டிருந்தவர், தனது சிநேகிதர்கள் ஒவ்வொருவராய் அடுத்தடுத்து இறந்தபோது மனசொடிந்து போய்விட்டார்.

''சாமிதோப்பு கதிர்வேலு செத்துப் போய்ட்டாராமே?'' என்று துரைசாமி தான் ஓடிவந்து முருகைய்யாவிடம் செய்தி சொன்னான்.

''என்னது, கதிர்வேலு போய்ட்டானா? என்று அதிர்ந்தவர் சிறிது நேரம் அப்படியே தலைகவிழ்ந்து உட்கார்ந்து விட்டார்.

சிறிது நேர மௌனத்திற்குப்பின் ''ஏப்பா தொரை, என் கூட வாப்பா. ஒரு எட்டு போய்ட்டு வந்திடலாம்'' என்று கதிர்வேலின் இறுதி சடங்கிற்கு செல்ல துணைக்கு மகனையும் உடன் அழைத்தார் முருகைய்யா.

துக்க வீட்டில் பழைய நினைவுகளை அசைபோட்டபடி உட்கார்ந்திருந்தவர் யாரையும் தலைதூக்கிப் பார்க்கவும் இல்லை, யாரிடமும் முகம் கொடுத்து பேசவும் இல்லை.

சிறு வயதில் மனதில் குடிக்கொண்டிருந்த சாவு பற்றிய பயம் அன்று அவரை மீண்டும் தொற்றிக்கொண்டது.முத்துவீரன், பரமசிவம், வேலுச்சாமி, நாச்சிமுத்து என்று ஒவ்வொருவராய் கடந்த இரண்டு வருடங்களில் இறந்துப் போனதுதான் அவர் எதிர்பாராத அடுத்தடுத்த இழப்புகள்.

''அப்படினா, அடுத்தது நாமதானா? எங்கே, எப்படி உயிர் போகுமோ? உயிர் போகும்போது எப்படி இருக்கும்? வலிக்குமா, மூச்சு திணறல் வருமா, தூங்கும்போதே இறந்து போவோமா, இல்லை எங்கேனும் வெளியிடத்தில் இறந்து கிடப்போமா?'' என்ற இறப்பு பற்றிய சிந்தனையே சதா சர்வகாலமும் அவரது மூளையை குடைந்து கொண்டிருந்தது.

இடைஇடையே ருக்குமணியின் நினைவுகள் வந்து மனதை வேதனைப் படுத்தும். ''ருக்குமணி எப்படி இறந்துப்போனாள்? இறக்கும் போது என்ன பாடுப்பட்டு இருப்பாள்? ஒரு பொம்பள, அவளே சாவை

அவ்வளவு எளிதாக கடந்து விட்டாளே! எப்படி அவளால் மட்டும் முடிந்தது?'' என்ற சிந்தனையும் அவர் மனதை குடையும்.

பலகீனமாக படுக்கையில் படுத்திருந்தவர் எழுந்து உட்கார முயற்சி செய்தார். எவ்வளவு முயன்றும் முடியவில்லை.

''தொரை ... ... ஏப்பா தொரை ...'' என்று குரல் கொடுத்தார். தந்தையின் குரல் கேட்டு, ''என்னப்பா கூப்பிட்டிங்களா'' என்றபடியே அறைக்குள் நுழைந்தான் துரைசாமி.

''கொஞ்ச அப்படியே புடிச்சு என்ன தூக்கி உட்கார வைப்பா''

''ஏப்பா ... இப்பதான படுத்தீங்க?''

''இல்லப்பா உட்கார்ந்து கிட்டா தேவலாம் போல இருக்கு''

முருகையாவை அணைத்து பிடித்து கட்டிலில் சாய்ந்து உட்காரும்படி செய்தான் துரைசாமி.

''இது கிடந்துகிட்டு நம்ம உசுர வாங்கிட்டு இருக்கு. ஊரு ஒலகத்துல யாரு யாருக்கோ சாவு வருது. இந்த வயசுலையும் சூடாத்தான் ஆக்கிக் கொட்டணுமாம். ஏன், ஆறிப்போனத சாப்பிட்டா உள்ள எறங்காதோ? இதுக்கொரு சாவு வந்து தொலைய மாட்டேங்குதே'' முருகையாவின் மருமகள் பக்கத்து அறையில் பேசியது, முருகையாவின் காதுகளில் தெளிவாகவே கேட்டது.

சில நேரங்களில் அவரையும் அறியாமல் படுக்கையிலேயே ஒண்ணுக்கும் ரெண்டுக்கும் போயி வைத்துவிடுவாடர். பாவம் அவர் என்ன வேண்டு மென்றா செய்வார்? அவற்றை சுத்தம் செய்யும் போது மருமகள் பெரியவரின் காதுப்படவே திட்டிக்கொண்டே செய்வாள்.

''அவளும் தான் பாவம், என்ன செய்வாள்? நாம செஞ்சது தானே தப்பு''. என்று தனக்குதானே சமாதானம் செய்து கொள்வார் முருகையா.

மருமகளிடம் ஏச்சும் பேச்சும் வாங்கும் போதுதான், ''இங்க பாருய்யா, நா ஒருத்தி இருக்குற வரைக்குந்தா ஒன்னோட பவுசு, பகுமானம் எல்லாம். நா ஒருத்தி மட்டும் இல்லாம போயிட்டா, உன்னை ஏன் எதுக்குனு கூட கேட்க நாதியிருக்காது பாத்துக்க'' என்று ருக்குமணி சொன்னது ஞாபகத் திற்கு வரும்.

''ஒரு தீர்கதரிசி மாதிரி அன்னைக்கே சொன்னாளே மகராசி. அவளிடம் எத்தனை முறை கோவிச்சிருக்கேன், எத்தனை முறை வீராப்பு காட்டி யிருக்கேன்? அத்தனையும் பொருத்துக்கிட்டு என்னை அவ பெத்த புள்ளயாட்டம் தானே பார்த்துகிட்டா?'' என்று நினைக்கும் போதெல்லாம் கண்களில் ஈரம் கசியும்.

''அவ உயிரோட இருக்குறப்பவே, நான் போய் சேர்ந்திருக்கணும். என்னை தவிக்க விட்டுட்டு அவபோய் சேர்ந்துட்டா'' என்று நினைத்துக் கொண்டவர் விட்டத்தைப் பார்த்தபடி சிந்தனையில் ஆழ்ந்து விட்டார்.

முருகைய்யாவின் பெண் பிள்ளைகள் எப்பவாவது ஒரு தரம் வந்து பார்த்து விட்டு செல்வதுண்டு. கடந்த முறை வந்திருந்த போது, மூத்த மகள் காவேரி சொன்னாள், ''அப்பா, இங்க அடிக்கடி வந்து உங்கள பார்த்துட்டுப்போறது சிரமமா இருக்கு. நீங்க பேசாம என்னோட வந்து இருந்துக்கங்க. நான் உங்கள, என் வீட்டுல வச்சி பார்த்துகிறேன். இங்கையே வந்து இருந்து கவனிச்சிக்கலாம்னா, பள்ளிக்கூடம் போற உங்க பேத்தியும், என் வீட்டுக்காரரையும் யாரு பாத்துக்குவா? உங்க பேத்தி வேற இந்த வருஷம் பனிரெண்டாம் வகுப்பு படிக்கிறா. நான் ஒருத்தி அங்க இல்லையின்னா, அவங்களுக்கு கையும் ஓடாது, காலும் ஓடாது. அதனால தான் சொல்லுறேன், நீங்க அங்க வந்திருங்கப்பா'' என்று சொன்னபோது, ''இல்லைம்மா'' என்று மறுத்து விட்டார் முருகைய்யா.

என்னதான் தன் மகள் தன்னை நல்லபடியாக பார்த்துகொள்வாளானாலும் மருமகன் வீட்டில் தனது கடைசி காலத்தை கழிப்பதை கௌரவ குறைச்சலாக எண்ணினார் முருகைய்யா.

மீண்டும் ஒருமுறை தனது மகள் வற்புறுத்தியபோது ''இல்லைம்மா, இது நான் பொறந்து வளந்த வீடு. என்னோட கடைசி காலத்தை இங்கேயே கழிச்சிடறேன். நீயும், உன் தங்கச்சியும் அடிக்கடி வந்து உங்க முகத்தை காட்டிட்டு போனாலே போதும்'' என்று மகளுக்கு ஆறுதல் சொன்னார் முருகையா.

இன்றைக்கும் முருகையாவின் பெண்கள் வீடு தேடி வந்துவிட்டால், முருகையாவின் வீடே கலகலப்பாக மாறிப்போகும். அந்த நாட்களில் மட்டும், தான் இன்னும் கொஞ்சக்காலம் உயிர் பிழைத்து வாழ்ந்திட மாட்டோமா என்கிற ஏக்கம் முருகையாவிற்கு பிறக்கும்.

அந்த நாட்களில் முருகையாவின் மருமகளும் பாசக்காரியாக மாறிப் போவாள். மாமனாரை தாங்கு தாங்கென்று தாங்க ஆரம்பித்துவிடுவாள்.

''மாமா கொஞ்சமா டீ போட்டு தாறேன், சாப்பிடுங்கோ, சுடு தண்ணி வேணுமா? சாப்பாடு எடுத்து வாறேன், சாப்புடுறீங்களா?'' என்று பனியாய் உருகிப் போவாள்.

''இல்லை வேணாம்மா. நீ உன்னோட வேலையை பாரு, எனக்கு எதாவது வேணுன்னா நானே கேக்குறேன்'' என்று மெதுவாக சொல்லி அனுப்பி விடுவார் முருகையா.

''இப்படித்தான் அண்ணி, மாமா வரவர சாப்புடுறதே இல்ல. ஒடம்பு ரொம்ப மெலிஞ்சு போச்சு. நீங்களாவது சொல்லுங்க. நீங்க சொன்னாதான் கேட்பாரு'' என்று பாசமழை பொழிபவளின் சுய ரூபம் மற்ற எல்லோருக்கும் தெரிந்துதான் இருந்தது. இருந்தும் அவளை யாரும் பெரிதுபடுத்திக் கொண்டதில்லை.

கொஞ்ச நாட்களாக மகள்களும் அவரை வந்து பார்க்கவில்லை. அடிக்கடி தன்னை வந்து பார்த்துக்கொள்ளும் துரைசாமியும், ஏதோ வேலை காரணமாக அந்த பக்கம் வரவில்லை. தனிமைச் சிறையில் வாடுவது போல வாடிக்கொண்டிருந்தார் முருகையா.

பகல் முடிந்து, இரவு தனது அத்தியாயத்தை எழுத தொடங்கியிருந்த அந்த அந்திம நேரத்தில், செய்வதறியாது படுத்துக்கிடந்த முருகைய்யாவிற்கு, அன்றைய நாள் வழக்கத்தை விட வேறு ஏதோ ஒரு நாள் போல் தெரிந்தது. அவரது முதுமைக்கு பகையே, இரவும், அது தரும் குளிரும்தான். அந்த குளிர் பயத்தினாலேயே அவர் இரவுகளை வெறுக்க ஆரம்பித்திருந்தார்.

''தொரை ... ... ஏப்பா தொரை ...'' என்று குரல் கொடுத்தார்.

யாரும் அவரது குரலுக்கு செவி சாய்ப்பதாக இல்லை. அவரை குளிர் போர்த்திக்கொள்வது போல் தோன்றியது. தட்டுத்தடுமாறி தனது அருகே கிடந்த போர்வையை எடுத்து தனது உடல் முழுவதும் போர்த்தி கொண்டார் முருகைய்யா. போர்வையை மூடியும் குளிர் குறைவதாக இல்லை. உடல் நடுக்கம் கண்டது.

முருகையா எப்போதுமே கதகதப்பான உடற்சூட்டிலேயே தூங்கி பழகியவர். உடம்பு முறுக்கும், வயதும் இருந்த வரை ருக்குமணியின் நெருக்கம் கிடைத்தது. குழந்தைகள் பிறந்த பின்னால், குழந்தைகளை அருகே போட்டு அதுகளின் மேல் கைபோட்டுக் கொண்டால் தான் தூக்கம் வரும் மனுசனுக்கு. பிள்ளைகளுக்கு விவரம் வந்து பெத்தவங்களை விட்டு தனியே படுக்கையை மாற்றிக்கொண்டபோது, அது வரை கிடைத்து வந்த பிள்ளைகளின் கதகதப்பும் பறிபோனது. தனிமை என்றால் சூடு கிடைக்காமல் குளிர் அனைத்துக்கொள்வது தானோ? என்று மனம் கேள்வி கேட்டது.

''ஏன் இப்படி குளிருது? ஒடம்புல தெம்பு இருக்குற வரை, இப்படி குளிரவில்லையே?'' என்று யோசித்தவருக்கு, தனது இளம் வயதில் தனக்கு சிலம்பம் கற்றுத் தந்த சிலம்பு வாத்தியார் குப்புசாமி சொன்னது ஞாபகத்தில் வந்தது ''மக்கா, ஒண்ணு சொல்றேன் கேட்டுக்கங்க, மனுசன் உயிர் வாழ்றதே சூட்டாலதான். சூடு போனா, உயிர் போயிடும், உயிர் போனா சூடு போயிடும். சூடு மனுசனோட பொறந்த பொறப்பு! அம்மா வயித்துல கருவாகிற போதே சூட்டோட தான் ஒவ்வொரு மனுஷனும் கருவாகிறான்.

அம்மாவோட கருவுல இருக்க ஒவ்வொரு குழந்தையும் சூட்டாலதான் உருவாகுது. அதே குழந்தை தான், தான் பொறந்த பின்னாலும் அம்மாவின் கையிலும் அணைப்பிலும் சூட்டை தேடுது. அம்மாவோட அதே சூட்டை தேடித்தான் ஒவ்வொரு மனுசனும் பொம்பளையை தேடிக்கிறான். இப்படித்தான் மனுசனோட சூட்டிற்கான தேடல் அவனோட உறவுகளால் தொடர்ந்து கொடுக்கப்படுறதாலதான் ஒவ்வொரு மனுசனும் இந்த பூமியிலே வாழ முடியுது. என்னைக்கு சூடு கிடைக்கலையோ அன்னையோட அவன் மண்ணுக்குதான் போகணும்'' என்று அவர் அன்று சொன்ன வார்த்தைகள் இன்று அர்த்தம் உரைப்பதாய் இருந்தது.

இப்போது கூட யாராவது கையை பற்றிக்கொள்ள வேண்டும் போல் தோன்றியது முருகைய்யாவிற்கு. கைச்சூடு அறுதலாய் இருக்கும் போல தோன்றவே, யாராவது கையை பற்றிக்கொண்டாள் தேவலாம் என்ற ஏக்கம் கூடியது.

''தொரை ... ... ஏப்பா தொரை ...'' என்று தன் மகனை அழைத்தார் முருகைய்யா. அவருடைய அழைப்பு யார் காதுகளிலும் எட்டவில்லை.

ஏதேதோ நினைவுகளில், ஏதேதோ வருத்தங்களில் கரைந்து போய் கொண்டிருந்த முருகைய்யாவிற்கு ஏனோ அன்று தூக்கமும் பிடிக்கவில்லை, வாழ்க்கையும் பிடிக்கவில்லை. வாழ்ந்த வாழ்க்கையும், வாழ முடியாத வாழ்க்கையும் ஏக்கமாகவும் காட்சியாகவும் மனதில் வந்து மோதி மோதி, ஏதோ ஒரு செய்தியை உணர்த்த முயற்ச்சித்துக்கொண்டிருந்ததை ஒரு பார்வையாளனாக மௌனமாக பார்த்துக்கொண்டிருந்தார் முருகையா.

❖

உயிர்வரை தொடர்ந்தவள்

"ம்ம்ம்மா ..." "ம்ம்ம்மா ..." என்ற சப்தம் மட்டும்தான் முனகலாய் வெளி வந்தது.

"ஏங்க கொஞ்ச நேரம் அமைதியா இருங்க. ஒங்களுக்கு எத்தனை வாட்டி சொல்றது? இங்க பாருங்க, ட்ரிப்ஸ் லைன் வெலகிடுச்சு. ஸ்ட்ரெய்ன் பண்ணிக்காம இருங்க" என்று சலித்துக்கொண்டே வலது கை வழியாக இறங்கிக்கொண்டிருந்த ட்ரிப்ஸை சரிசெய்ய முனைந்தாள் அந்த செவிலி.

"என்னம்மா அங்க சத்தம்?" என்று ஸ்டாஃப் நர்ஸ் கேட்க,

"ஒண்ணும் இல்லை சிஸ்டர். இந்த பேசண்ட் ரொம்ப ஸ்ட்ரெய்ன் பண்ணிக்கிறார். சொன்னாலும் கேட்க மாட்டேங்கறார். ட்ரிப்ஸ் லைன் விலகிடுச்சு சிஸ்டர். அதான் சரி செஞ்சுகிட்டு இருக்கேன்"

"சரி சரி, சத்தம் போடாம வேலை பாரும்மா"

"சரி சிஸ்டர்" என்று சொல்லிவிட்டு தனது வேலையில் மூழ்கினாள் அந்த இளம் வயது செவிலி.

அந்த பெரிய அறையில் மருத்துவ உபகரணங்களை எடுப்பதும் இயக்குவதுமான மெல்லிய ஒலிகளை தவிர வேறேதும் சத்தமில்லை.

தீவிர சிகிச்சை பிரிவில் அப்போது சிகிச்சையில் இருந்த நாலைந்து நோயாளிகளில், செல்லமுத்து மட்டும்தான் கொஞ்சம் சுய உணர்வோடு இருந்த நோயாளி. ஏனையோர் ஒண்ணு உறக்கத்தில் இருந்திருக்க வேண்டும் இல்லை மயக்கத்திலோ, கோமா நிலையிலோ இருந்திருக்க வேண்டும். யாரிடமும் எந்த அசைவுகளும் தென்படவில்லை.

''ம்ம்ம்மா ...'' ''ம்ம்ம்மா ...'' என்று மறுபடியும் குரலெடுத்து பேச முனைந்தான் செல்லமுத்து, ''ம்ம்ம்மா ...'' என்றுதான் வந்ததே தவிர வார்த்தைகள் வரவில்லை.

வயிற்றிலிருந்து திரவங்கள் வெளியேற வேண்டி இறைப்பை வரை செறுகப்பட்டிருந்த ஒரு மெல்லிய குழாய் மூக்குத் துவாரத்திலிருந்து வெளியேறி ஒரு பையோடு இணைக்கப்பட்டிருக்க, சுவாசத்தை சீர்செய்வதற்காக மாட்டப்பட்டிருந்த சுவாசக்கவசம் வாயையும், மூக்கையும் சேர்த்து மூடியிருந்தது.

செல்லமுத்துவின் தலைமாட்டிற்கு மேல் ரத்த ஓட்டம், இதயத்துடிப்பு முதலியவற்றை கண்காணிக்கும் கருவி, மேலும் கீழுமாய் ஏறி ஏறி இறங்கும் வண்ண வண்ண கோடுகளை ஒளிபரப்பிக்கொண்டிருந்தது.

''டேய் செல்லமுத்து, சொல்றேன்னு தப்பா நெனைக்காதே. என்னதான் இருந்தாலும் நான் வயசுல மூத்தவன்'' கையில் பாதியாய் நின்ற பிராந்தி கிளாஸை மேலும் கீழும் ஏற்றி இறக்கி பேசிக்கொண்டிருந்தார் வேலுச்சாமி மாமா.

''........................''

பதில் ஏதும் பேசாமல் மேசையின் எதிர்புரமாய் கன்னத்தில் கை வைத்து ஆழ்ந்த சிந்தனையில் உட்கார்ந்திருந்தான் செல்லமுத்து. அவனுக்கென ஊற்றி வைக்கப்பட்டிருந்த பிராந்தி கிளாஸ் இன்னும் கலங்கப்படாத கன்னி போல செல்லமுத்துவின் தீண்டலுக்காக காத்திருந்தது.

''டேய் ஒண்ணா ஏங்கிட்ட பேசு. இல்லையா இந்தா, ஊத்தி வச்சிருக்க சரக்கையாவது எடுத்து குடி. அதவுட்டுப்போட்டு இப்படி மரங்கணக்கா உட்கார்ந்திருந்தா என்னடா அர்த்தம்?'' சினந்தார் வேலுச்சாமி மாமா.

''மனசு சரியில்லை மாமா'' என்றவனின் கண்கள் ரத்தம் போல சிவந்து கலங்கியிருந்தது.

''ஏண்டா செல்லமுத்து, என் எதிருல உட்கார்ந்திருக்கறது நீதானடா? இன்னேரத்துக்கல்லாம் ஒன்னோட சரக்கையும் முடிச்சிட்டு, என்னோடத

எடுத்து ஒரு கட்டிங்க காலி பண்ணியிருப்பியேடா. இன்னிக்கு என்னடான்னா புடிச்சுவெச்ச புள்ளையாராட்டம் உட்காந்திருக்கியே, அப்படி என்ன தான்டா ஆச்சு?''

''மனசு சரியில்லை மாமா''

''எலே, வந்ததுல இருந்து நூறு தடவைக்கு மேலே இது ஒண்ணைத் தான்டா நீ திரும்பத் திரும்ப சொல்லிகிட்டு இருக்க. இங்க பாரு வயசுக்கு மூத்தவன் சொல்றேன், சரக்கை எடுத்து அடிச்சு விடு. மனசுல எவ்வளவு பெரிய பாரமா இருந்தாலும் தூசு மாதிரி பறந்துடும் பாத்துக்க'' செல்ல முத்துவின் கிளாசை ததும்பத் ததும்ப எடுத்து அவன் முகத்துக்கு நேரே நீட்டினார் வேலுச்சாமி மாமா.

அவர் நீட்டிய பிராந்தி கிளாசை வாங்கியவன் மீண்டும் அதே இடத்தில் வைத்துவிட்டு தலையை கீழே கவிழ்த்திக் கொண்டான்.

அவனது மனதையும் மூளையையும் மாரிமுத்து சொன்ன விசயங்கள் மட்டுமே முழுதாய் ஆக்கிரமித்திருந்தன.

''செல்லமுத்து ...'' என்று ஆற்றங்கரை ஓர ஆலமரத்தடியிலிருந்து பெருத்த குரலெடுத்து அழைத்தான் மாரிமுத்து.

''என்ன மாப்ளே?'' என்று பதிலுக்கு கேட்டான் மாரியம்மன் கோயில் மண்டபத்தில் உட்கார்ந்து புகை பிடித்துக்கொண்டிருந்த செல்லமுத்து.

''அட இங்க வாயா, ஒரு விசயம் பேசணும்'' சொன்னான் மாரிமுத்து.

புகைத்துக்கொண்டிருந்த பீடியை பக்கவாட்டு கல்சுவரில் வைத்து அழுத்தி தேய்த்து அணைத்துவிட்டு, லுங்கியை தூக்கி மடித்து கட்டிக் கொண்டு பீடி கசப்பை ''தூ ... தூ ...'' என்று துப்பி வெளியேற்றிய படி மாரிமுத்துவை நோக்கிச் சென்றான் செல்லமுத்து.

''சொல்லு மாப்ளே'' என்றபடியே தோளில் கைபோட்ட செல்லமுத்துவை தயக்கத்தோடு பார்த்த மாரிமுத்து, ''இல்லை மச்சா, அதை ஒங்கிட்ட எப்படி சொல்றதுன்னுதான் தெரியலை'' என்றான் தயங்கியபடி.

‘‘இங்க பாருடா? எப்படி சொல்லுவாக? வாயிலதான். அங்கன செவனேன்னு உட்காந்துட்டு இருந்தவனை கூப்பிட்டுப் போட்டு, இப்ப எப்படி சொல்றதுன்னு கேக்குறே?’’ செல்லமாக கோபித்துக்கொண்டான் செல்லமுத்து,

‘‘இல்லை மச்சா, அது வந்து ...!’’ இழுத்தான் மாரிமுத்து.

‘‘இங்க பாரு, ஒண்ணு சொல்ல வந்ததை சொல்லு. இல்லாட்டி நான் பாட்டுக்கு போயிட்டே இருக்கேன்’’ என்று சொல்லிவிட்டு அந்த இடத்தை விட்டு கிளம்ப எத்தனித்தான் செல்லமுத்து.

நகரமுயன்ற செல்லமுத்துவின் கரங்களைப் பற்றிய மாரிமுத்து, ‘‘மச்சான், நான் சொல்றேன்னு தப்பா நெனச்சுக்காதே, நான் கேள்விப்பட்டத ஒங்கிட்ட சொல்லணும்ன்னு தோணிச்சி. அதான் சொல்றேன். மத்தபடி இதுக்கும் எனக்கும் எந்த சம்மந்தமும் இல்லை’’ என்று பெரிதாக பீடிகை போட்ட மாரிமுத்து மேலும் தொடர்ந்தான்.

‘‘தங்கச்சி பத்தி ஊருக்குள்ள பசங்க ஒரு மாதிரி பேசிக்கறாங்கடா மச்சான்’’

‘‘யாரு எம்பொஞ்சாதி ஜோதியை பத்தியா?’’ புருவத்தை வளைத்து கோணலாக்கி சந்தேகத்தோடு கேட்டான் செல்லமுத்து.

‘‘ஆமா மச்சா, ஜோதியை பத்தித்தான் ஒரு மாதிரியா பேசிக்கறானுக’’

‘‘என்னடா பேசிக்கறானுக?’’

‘‘ஒங்க வீட்டு பக்கத்துல அந்த கார்த்தி பய இருக்கானில்ல, அவனும் ஜோதி வேலைக்கு போற மில்லுக்குத் தானே வேலைக்கு போறான்’’ என்று சொல்லிவிட்டு நிறுத்தினான் மாரிமுத்து.

‘‘.......................’’

‘‘சரி, அதுக்கு என்னவா இப்போ?’’ இயல்பாகவே கேட்டான் செல்லமுத்து

‘‘.......................’’

''சொல்லுடா, அதுக்கு என்ன இப்போ?''

மாரிமுத்துவை தோளைப்பிடித்து உலுக்கியபடி கேட்டான் செல்லமுத்து.

''இல்லை, இப்போ ஜோதியும் கார்த்திக்கும் தனியா நின்னு பேசிக்கறதும், சிரிச்சுக்கறதும்மா இருக்கறதப் பாத்துட்டு, வேற மாதிரி பேசிக்கிறாங்கடா மச்சா''

''வேற மாதிரின்னா?''

''அவங்க ரெண்டு பேருக்குள்ளே ஏதோ தப்பான ஒறவு இருக்கறதா பேசிக்கிறாங்கடா. அதை கேள்விப்பட்டதும் எனக்கு என்னமோ மாதிரி ஆயிடுச்சு. அதான் ஒன்னோட காதுல போட்டு வச்சிடலான்னு வந்தேன். அந்த புள்ளைகிட்ட கொஞ்சம் சொல்லி வையுடா மச்சா'' சொல்ல வந்ததை ஒரு வழியாக சொல்லி முடித்துவிட்டிருந்தான் மாரிமுத்து.

''..........................''

செல்லமுத்து மௌனமாகிவிட்டிருந்தான்.

''சரி மச்சா, நான் கௌம்புறேன். நீ பாத்துக்க'' என்று சொன்ன மாரிமுத்து, செல்லமுத்துவின் தோள்களை பற்றி ஆறுதல் சொல்லிவிட்டு மேற்குப் பக்கமாக நடையைக் கட்டினான்.

லுங்கியை விலக்கி டவுசர் பாக்கெட்டில் இருந்த பீடிக்கட்டையும் தீப்பெட்டியையும் எடுத்த செல்லமுத்து, ஒரு பீடியை உறுவி பற்ற வைத்துக்கொண்டே தான் முன்பு உட்கார்ந்திருந்த அதே கோயில் மண்டபத்தை நோக்கி நடந்து சென்று அதே இடத்தில் மீண்டும் உட்கார்ந்து கொண்டான்.

செல்லமுத்துவின் மண்டை குழம்பிப்போயிருந்தது. அவன் மனம் மாரிமுத்து சொன்னதையே அசைபோட்டுக்கொண்டிருந்தது.

''என்னோட ஜோதி, இன்னொருவனோடு பழகுறாளா? என்னோட காதல் மனைவியை பத்தியா ஊருக்குள் தப்பா பேசிக்கிறாங்க?'' அவனால் அதை நம்பவும் முடியவில்லை, ஏற்றுக்கொள்ளவும் முடியவில்லை.

ஜோதியை செல்லமுத்து கல்யாணம் செஞ்சுகிட்டதே பெரிய கதை. ஜோதி மேற்கு தெரு கோனார் வீட்டு பிள்ளை. செல்ல முத்துவிற்கு எந்த ஒட்டும் இல்லை, உறவும் இல்லை.

வி.கே.ஆர். மில்லுக்கு வேலைக்கு போய் வரும் ஜோதியை எதார்த்தமாக ஒரு நாள் பார்த்துவிட்டவனின் மனதில் காதல் தீ பற்றிக்கொண்டது. அவ்வளவுதான் அன்றிலிருந்து அவள் பின்னால் சுற்றுவதே வாழ்நாள் பாக்கியம் என்று நினைத்து சுற்ற ஆரம்பித்துவிட்டான் செல்லமுத்து.

ஆரம்பத்தில் ஜோதி, செல்லமுத்துவை ஏறெடுத்தும் பார்க்கவில்லை. எறும்பு ஊற கல்லும் தேயும் என்கிற கதையாய், கொஞ்சம் கொஞ்சமாய் ஜோதியின் மனதில் இடம் பிடித்த செல்லமுத்து, அவளது அன்புக் குரியவனாகிவிட்டான்.

சாதி விட்டு சாதி கட்டிக்கொடுக்க ஜோதியின் வீட்டில் கடும் எதிர்ப்பிருந்தது. செல்லமுத்துவிற்கு கிழட்டு தாய் ஒருத்தி தான் நல்லதுக்கும் கெட்ட தற்கும் என்பதால், வீட்டை பற்றி கவலைப்படாமல் ஜோதியின் வீட்டு எதிர்ப்பையும் மீறி அவளை அழைத்துச் சென்று கருப்பணசாமி கோயிலில் வைத்து தாலியை கட்டி வீட்டிற்கு அழைத்து வந்துவிட்டான் செல்லமுத்து. இந்த உலகத்தில் மிக குறைந்த நபர்களை கொண்டு நடந்தேறிய திருமணம் என்று எடுத்துக்கொண்டால், அநேகமாக செல்ல முத்துவின் திருமணமாகத்தான் இருக்கும். ஆரம்பத்தில் உரசிக் கொண்டும், முறைத்துக்கொண்டும் இருந்த ஜோதி வீட்டார், பின்னால் அவளை தலை முழுகிவிட்டிருந்தனர்.

காதலிலும், கல்யாணத்திலும் இருந்த வேகம், செல்லமுத்துவிற்கு சம்பாதிப்பதில் இல்லை. ஜோதி, அவள் கல்யாணத்திற்கு முன் செய்து கொண்டிருந்த வேலைக்கு சென்று வந்துகொண்டிருந்தாள். செல்ல முத்துவிற்கு ரெண்டு குளியில் வானம் பார்த்த பூமி இருந்தது. அதில் வருகிற கொஞ்ச நஞ்ச விளைச்சலும், ஜோதியின் மில் வேலையும் தான் அந்த குடும்பத்தை தாங்கிப்பிடித்துக்கொண்டிருந்தது.

பீடியை கசக்கி தூற எறிந்துவிட்டு வீட்டை நோக்கி நடையைக் கட்டிய வனுக்கு நேரம் செல்ல செல்ல மனச்சுமை அதிகரித்துக்கொண்டே இருந்தது.

''ஏலே எங்கடே சுத்தியடிச்சிட்டு வாரவன்? அடுப்பெரிக்க சுள்ளி இல்லைன்னு எத்தனை நாளாச் சொல்லிகிட்டு இருக்குறேன். கொஞ்சமாவது காதுல வாங்குறியாடா?'' வீட்டிற்குள் நுழைந்ததும் நுழையாததுமாய் புலம்ப தொடங்கிவிட்டாள் கண்ணம்மா, செல்லமுத்துவின் தாய்.

''ஓம்பொண்டாட்டி, வேலைக்கு போறேன்னுட்டு காலேல போறவ ரவைக்குத்தான் வீட்டுக்கு வாரா. அவளுக்குஞ் சேத்தி நானேதான் வடிச்சு கொட்ட வேண்டியிருக்கு. ஒத்த கெழவி கெடந்து கஷ்டப்படுறாளேன்னு யாராவது கேக்குதுகளா?'' என்று கண்ணம்மா சொன்ன எதையும் காதில் வாங்காமல் வீட்டிற்குள் சென்று பாய் போட்டு படுத்துவிட்டான் செல்ல முத்து. வீட்டு திண்ணையில் உட்காந்து கிழவி பேசியது செல்லமுத்துவிற்கு மேலும் எரிச்சலை உண்டுபண்ணியது.

''ஜோதி வரட்டும், அவளிடமே கேட்டுவிடலாம். நான் அவளுக்கு கசந்து போய்விட்டேனோ? வேலைக்கு போகாம ஊரைச்சுத்தும் வெட்டிப் பயல்ன்னு நெனச்சுட்டாளோ? பொம்பளைகளை வீட்டுக்குள்ளேயே முடக்கி வைக்காமல் வேலை கீலைன்னு வெளியே அனுப்பினாலே, இது போல சண்டித்தனம் செய்யத்தான் தோணுமோ?'' என்று பலவாறு யோசித்து புத்தி பேதலித்தவனைப்போல தன்னை மறந்து படுத்துக்கிடந்தான் செல்லமுத்து.

பகல் மங்கி இருள் கவ்வத்தொடங்கியிருந்தது. ''ஏண்டா வெளக்கை கூட போடாம இப்படி இருட்டுல படுத்து கெடக்குறவன்?'' என்று ஏசியபடியே மின்விளக்கை ஏற்றிய கண்ணம்மா, ''என்னடா இன்னும் ஓம் பொண்சாதிய காணோம்? இருட்டுன பின்னாடியுமா வேலை செஞ்சிகிட்டு இருக்கா? இந்த வீட்டுல நாம சொல்லி என்ன நடக்குது?'' என்று தனக்குத்தானே பேசிக்கொண்டே வெளியேறி திண்ணைக்கு சென்றாள்.

டீவியில் ஏழரை மணிக்கான சீரியலின் துவக்கப்பாடல் பக்கத்து வீட்டில் ஒளிபரப்பாகிக் கொண்டிருந்தது.

''ம்ம்ம் ... மணி ஏழரை ஆகிப்போச்சே, இன்னும் என்ன பண்றா? மாரிமுத்து சொன்னதுதான் சரியோ. இன்னைக்கு வரட்டும் வச்சிக்கறேன்'' என்று மனதுக்குள்ளேயே கருவிக்கொண்டிருந்தான் செல்லமுத்து.

''வாடியம்மா, நேரங்காலத்துக்கு வீடு வரணும்னு இல்லாம, வாற நேரத்தப் பாரு?'' கண்ணம்மாவின் குரல் திண்ணையில் கேட்டது.

''ஓ வந்துட்டாளோ? வரட்டும் வரட்டும்'' மனதுக்குள்ளேயே சொல்லிக் கொண்டான் செல்லமுத்து.

''ஏன் மாமா, என்ன கிறுக்கா புடிச்சிருச்சு? ஏன் இப்படி படுத்துக் கெடக்குறே?'' உள்ளே நுழைந்தும் நுழையாததுமாக ஜோதி செல்லமுத்துவை பார்த்து கேட்டாள்.

''..........................''

''மாமா, நான் ஓங்கிட்டத்தான் பேசிகிட்டு இருக்கேன். இந்நேரத்துக் கெல்லாம் நீ ஒன்னோட சேக்கையாளுகளோடதானே சுத்திகிட்டு இருப்பே. இன்னிக்கு என்னடான்னா வீட்டுல வந்து படுத்து கெடக்கே. மேலுக்கு ஏதும் முடியலையோ?'' என்று கேட்டுக்கொண்டே தனது தோள்பையை கழற்றி ஆணியில் மாட்டிவிட்டு வந்தவள், செல்லமுத்துவின் அருகே அமர்ந்து அவன் நெற்றியில் கைவைத்து பார்த்துவிட்டு, ''ஏன் மாமா என்ன பண்ணுது?'' என்றாள்.

''செய்யறதல்லாம் செஞ்சிபுட்டு எப்படி நடிக்கறா பாரு?'' என்று மனதுக்குள்ளேயே நினைத்துக்கொண்டவன், பதில் ஏதும் பேசாமல் மரக்கட்டை போல படுத்துக் கிடந்தான்.

விருட்டென்று எழுந்த ஜோதி, நேரே சென்று வாயிற் கதவை அடைத்து விட்டு வந்து தனது சேலையை கலைந்து கொடியில் போட்டுவிட்டு நைட்டிக்கு மாறினாள்.

ஜோதி உடை மாற்றுவதை பார்த்துக்கொண்டேதான் இருந்தான் செல்லமுத்து. அவளது சேலையில்லாத அரை நிர்வாண தேகம், லேசாக கலைந்த தலைமுடி, நாளெல்லாம் வேலை செய்து வாடிய முகம் என்று அவன் முன் நின்ற ஜோதி ஒரு தேவதை போலவே காட்சியளித்தாள்.

''இவளுக்கு ஒடம்பு முறுக்கேறிப்போயித்தான் இருக்கு. இவளை பாக்குற எவனுக்கும் ஆசை வரத்தானே செய்யும்? இவளுக்குத்தான் என் மட்டுல திருப்தி இல்லையோ என்னவோ?'' என்று அவனுக்குள்ளேயே

பேசிக் கொண்டவன், அவளது அழகை ரசிப்பதற்கு பதில், அவள் அழகைப் பார்த்து ஆத்திரம் கொண்டான்.

எவ்வளவு அடக்கியும் அடக்க முடியாமல், ''ஏண்டி இவ்வளவு லேட்டு?'' என்று கேட்டுவிட்டான்.

''ஓகோ ..., ஐயாவுக்கு அதுதான் கோபமோ? பஸ்ஸு வார வழியில பஞ்சராயிடுச்சு. நம்ம ஊருக்கு என்ன நூறு பஸ்ஸா ஓடுது? அந்த ஒரு பஸ்ஸை வுட்டா வேற பஸ் ஏது? அதை சரி பண்ணி கௌம்ப இவ்வளவு நேரமாயிடுச்சு. ஒடம்பெல்லாம் அடிச்சு போட்ட மாதிரி ஒரே வலி'' என்று சொன்னவள், ''யத்தே, கஞ்சி தண்ணி வச்சியா இல்லையா?'' என்று கேட்டுக்கொண்டே வெளியே கண்ணம்மாவை தேடிக்கொண்டு சென்றாள்.

அவள் என்ன சொல்லியும் செல்லமுத்துவின் மனம் ஆறவில்லை. இரவு கூட தன் மீது அவள் கை போட்டபோது, அதை வெறுப்புடன் தட்டி விட்டுவிட்டு விலகி படுத்துக் கொண்டான்.

அடுத்த நாள் காலையில் வழக்கம் போல் வேலைக்கு கிளம்பிய ஜோதி, ''நான் போயிட்டு வாரேன் மாமா, வீட்டை பாத்துக்கங்க'' என்று செல்லமாக சொல்லிவிட்டு கிளம்பினாள்.

பதில் ஏதும் சொல்லாமல் ஜோதியின் அலங்காரத்தையே அளவெடுத்துக் கொண்டிருந்தான் செல்லமுத்து. அன்றைக்கு என்னவோ ஜோதி, வழக்கத்திற்கு அதிகமாகவே அலங்கரித்துக்கொண்டதாகவே தோன்றியது.

''ம்ம்ம் ..., இப்படி சிங்காரிச்சிட்டு போனா, நாலு காலிப்பயலுக பின்னாடி வரத்தானே செய்வானுக'' என்று முனுமுனுத்தவன், வேகவேகமாக நடந்து சென்று பக்கத்திலிருந்த கார்த்தியின் வீட்டைப் பார்த்தான். அது பூட்டப்பட்டிருந்தது. ''ஓ முன்னாடியே கௌம்பிட்டானோ?'' என்று நினைக்க நினைக்க மனது பேதலித்தது.

விருட்டென்று தனது சைக்கிளை எடுத்துக்கொண்டு பஸ் ஸடாப்பை நோக்கி விரட்டினான் செல்லமுத்து.

''இன்னைக்கு கையுங் களவுமா புடிக்கிறேன் பாரு. யாருகிட்ட ஒங்க

வேலையை காட்றீக?'' என்று தனக்குத் தானே சொல்லிக்கொண்டவனின் கால்கள் மிருக பலத்தோடு சைக்கிளை இயக்க, அந்த குறுகிய சந்துகளிலும் வேகமெடுத்து பறந்தது சைக்கிள்.

இவன் பஸ் ஸ்டாப்பை எட்டுவதற்குள் பஸ் ஆட்களை ஏற்றிக்கொண்டு கிளம்பி விட்டிருந்தது.

மேல் மூச்சு கீழ் மூச்சு வாங்க சைக்கிளில் உட்கார்ந்தபடியே தூரத்தில் குலுங்கி குலுங்கிச் செல்லும் பேருந்தையே பார்த்து கொண்டு நின்றான் செல்லமுத்து. அந்த பேருந்து, அவனது மனைவினை அவனிடமிருந்து அபகரித்துக் கொண்டு செல்வதைப் போலவே அவனுக்குத் தோன்றியது.

வீட்டிற்கு திரும்பியவனின் மனம் நிலை கொள்ளவில்லை. ''இப்படி மானம் கெட்டு, மரியாதை கெட்டு இந்த ஒலகத்துல வாழத்தான் வேணுமோ? இந்த பொழப்புக்கு செத்து தொலைக்கலாமே'' என்று அவன் மனம் சொன்னது.

''இல்லை இல்லை, யோசித்து முடிவெடு. ஜோதி யார்? உன் அன்பு மனைவி. நீ காதலித்து கை பிடித்தவள். அவளா உன்னை விட்டு வேறொரு ஆணுடன் சிநேகிதம் வச்சிருப்பா? இருக்கவே இருக்காது. முட்டாள் தனமாய் எதையாவது செய்து தொலைக்காதே'' என்று புத்தி அறிவுறுத்தியது.

''ஊரே பேசுதேடா மடையா. மாரிமுத்து சொன்னது உன் மரமண்டையில் உறைக்கலையா? யார் வாயை மூடினாலும் ஊர் வாயை மூட முடியுமா? தடம் வழியில் பார்ப்பவர்கள் உன் மூஞ்சியில காறி துப்ப மாட்டாங்களா? இதையெல்லாம் கேட்டுகிட்டும் பாத்துகிட்டும் நீ உயிர் வாழத்தான் வேண்டுமா? மனுசனுக்கு மானத்தை விட உசிர் பெருசா?'' மனம் அவனை கேள்வி கேட்டது.

ஒரு முடிவுக்கு வந்தவனாக, கொள்ளைப்புறம் சென்று பருத்தி காட்டுக்கு தெளிக்க வச்சிருந்த பூச்சி மருந்து டப்பாவை தேடி எடுத்து, அதையே உற்று பார்த்துக்கொண்டு நின்று விட்டான்.

''டேய் மாப்ளே ..., டேய் செல்லமுத்து ..., வீட்டுக்குள்ளார என்னதான்டா செய்யுறே?''

வாசலில் குரல் கேட்கவும், மருந்து டப்பாவை புவுசர் பாக்கெட்டுக்குள் திணித்தபடி வாசலுக்கு வந்தான் செல்லமுத்து.

வெள்ளையும் சொல்லையுமாக வேலுச்சாமி மாமா கம்பீரமாக நின்று கொண்டிருந்தார்.

''என்ன மாமா?'' என்றான் செல்லமுத்து பட்டும் படாமலும்,

''எலே, ஒம் மாமனுக்கு ஆட்டு யாவாரத்துல பெருத்த லாபமுடா. நான் ரொம்ப சந்தோசத்துல இருக்கன்டா மாப்ளே. கடைக்கு போலாமேன்னு இந்த வழியே வாரப்பத்தான் ஒன் ஞாபகம் வந்துச்சு. வா மாப்ளே, இன்னைக்கு எல்லாம் மாமன் செலவுதான். நீ எவ்வளவு வேணுன்னாலும் கேளு, மாமன் வாங்கித்தாரேன்'' என்று மீசையை தடவியபடி பல்காட்டி சிரித்தார் வேலுச்சாமி மாமா.

''வேணாம் மாமா, நான் வரலை. நீ மட்டும் போயிட்டு வா'' தலையை கவிழ்த்தபடியே சொன்னான் செல்லமுத்து.

''பாருடா, நீ எப்படா இம்புட்டு நல்லன் ஆனே? வாடா டேய், பெரிய மனுசன் கூப்பிடறேன், பெரிய இவனாட்டம் வரமாட்டேங்கறே. அந்த அளவுக்கு ஆகிப்போச்சோ?'' குரலை உயர்த்தி பேசினார் செல்லமுத்து.

என்ன நினைத்தானோ, ''கொஞ்ச இரு மாமா'' என்று சொல்லிவிட்டு வீட்டிற்குள் சென்றவன், போன வேகத்திலேயே திரும்பி வந்து, சொன்னா மட்டும் நீ கேக்கவா போறே, சரி வா போலாம்'' என்று வேலுச்சாமியோடு நடக்கத் தொடங்கினான்.

ஒவ்வொரு அடி எடுத்து வைக்கும்போதும், டவுசர் பாக்கெட்டில் துறுத்திக்கொண்டிருந்த பூச்சி மருந்து டப்பா, துடையில் உரசி தனது இருப்பை உணர்த்திக் கொண்டிருந்தது.

''என்ன மாப்ளே, எப்பவும் லொட லொடன்னு லூசான வண்டிச்சக்கரம் போல விடாம வாயடிப்பே, இன்னைக்கு என்னடான்னா எதுவுமே பேசாம அமுக்குனியாட்டம் வாரே? என்னதான்டா ஆச்சு?''

''ஒன்னும் இல்லை மாமா''

"என்னது, ஒன்னும் இல்லையா? டேய், நீ டவுசர் போட்ட காலத்துல இருந்து ஒன்னை பாத்துகிட்டு வாரவன்டா நான். எனக்கு தெரியாதா, மொசப் புடிக்கற நாயி மூஞ்சி எப்படி இருக்கும்ன்னு?" நக்கலாக சொல்லிவிட்டுச் சிரித்தார் வேலுச்சாமி மாமா.

".............................."

"பதில் பேசுடா மாப்ளே"

".............................."

"இந்த மனுசங்கிட்ட நான் என்னத்த சொல்றது? எம் பொஞ்சாதியைப் பத்தி ஊருக்குள்ள தப்பா பேசிக்கிறாங்க மாமான்னு சொன்னா சிரிக்க மாட்டாரா? இது என்ன வெளியே சொல்லி பெருமை பட்டுக்கறமாதிரி விசயமா? நம்ம பல்லைக் குத்தி நாமே மோந்து பாக்கறதுதான் அறிவாளித்தனமா? எம் பொண்டாட்டி சரியில்லைன்னு எந்த மூஞ்சிய வச்சிகிட்டு இன்னொருத்தர்கிட்ட சொல்ல முடியும்?" என்று தனக்குள்ளேயே பேசிக்கொண்டான் செல்லமுத்து.

கடை முன் கூட்டம் அலைமோதிக்கொண்டிருந்தது.

"மாப்ளே, இந்தா ரெண்டு கோட்டர் வாங்கிட்டு வந்துரு" என்று பணத்தை எடுத்து நீட்டியவர், அவன் முகத்தை பார்த்துவிட்டு, "சரி வுடு, நீ என்னவோ போல இருக்க, நீ போயி பார்ல ஒட்காரு, நான் வாங்கிகிட்டு வந்துடறேன்" என்று சொல்லிவிட்டு கடைவாசல் முன் நின்ற கூட்டத்தில் கலந்தார் வேலுச்சாமி மாமா.

பாரில் கூட்டம் அவ்வளவாய் இல்லை. சிலர் வருவதும் பாட்டிலை திறந்து ஒரே மூச்சில் குடித்துவிட்டுச் செல்வதுமாய் இருந்தனர்.

தனக்கான கோட்டரை குடித்து முடித்து விட்டு, மீண்டும் ஒரு கோட்டர் வாங்கி அதிலும் பாதியை காலி செய்துவிட்டிருந்தார் வேலுச்சாமி மாமா.

"ஏண்டா மாப்ளே, எவ்வளவு நேரந்தாண்டா இப்படி ஊத்துன சரக்கை குடிக்காம வேடிக்கை பாத்துகிட்டே ஒட்காந்திருப்பே?" என்று அரை போதையிலும் கடுகடுத்தார் வேலுச்சாமி மாமா.

ஒரு முடிவுக்கு வந்துவிட்டவனைப் போல, ஒரு ஆழமான மூச்சை இழுத்து விட்டுக்கொண்டே எழுந்த செல்லமுத்து, ''இந்தா, இப்ப வந்துடறேன் மாமா'' என்று சொல்லி விட்டு, பாருக்கு பின்புறமுள்ள மூத்திரச்சந்திற்கு சென்றான்.

''பயபுள்ளே ஒண்ணுமே குடிக்கலே, அதுக்குள்ளே மூத்தரம் வந்திருச்சி போல'' என்று சொல்லிவிட்டு சிரித்துக்கொண்டார் வேலுச்சாமி மாமா.

திரும்பி வந்து உட்கார்ந்தவன், தன் முன் இருந்த பிராந்தி கிளாஸை எடுத்து ஒரே மூச்சாக குடித்து விட்டு தொண்டையை ''கர்... முர்...'' என்று செறுமி சரி செய்து கொண்டே தொண்டையில் கை வைத்துக் கொண்டான்.

''இப்பத்தாண்டா நீ என் மாப்ளே. அடிச்சு விடுடா அடிச்சு விடு, மீதி இருக்கறதையும் அடிச்சுவிடு. இன்னொரு கோட்டர் சொல்லிக்கல்லாம்'' என்றார் வேலுச்சாமி மாமா.

செல்ல முத்து தொண்டையை செறுமுவதை நிறுத்தவில்லை. செறுமல் முன்பை விட அதிகமாகியிருந்தது.

''என்னடா மாப்ளே, சரக்கு சரியில்லையோ?'' என்று கேட்டபடி செல்ல முத்துவின் முகத்தை பார்த்தார் வேலுச்சாமி மாமா. செல்லமுத்துவின் கண்களிலிருந்து கண்ணீர் சாரை சாரையாக ஊற்றிக்கொண்டிருக்கவும் அவருக்கு தூக்கிவாரி போட்டுவிட்டது.

''மாமா நான் மருந்தை குடிச்சுப்புட்டேன் மாமா. பருத்திக்காட்டுக்கு அடிக்க வெச்சிருந்த பூச்சி மருந்தை குடிச்சிப்புட்டேன்'' என்று சொல்லிய படி அழ ஆரம்பித்துவிட்டான்.

''அடே பயித்தியக்காரா, என்ன காரியமுடா பண்ணி வச்சிருக்கே?''என்று வேலுச்சாமி மாமா சத்தம் போட, அந்த இடத்தில் பெரும் கூட்டம் கூடி, ஒரே கலேபரமாகிவிட்டது.

பத்துமணி நேரத்திற்கும் மேலாக செல்லமுத்து, அந்த தீவிர சிக்ச்சை பிரிவில் தான் இருந்தான். தலை சுற்றலும், கொமட்டுலும், தாங்க முடியாத வயிற்று வலியுமாய், உயிர் போய்விட்டா கூட தேவலாம் போல

என்று அவன் நினைக்கும் அளவிற்கு உடல் தொந்தரவு செய்தது. அதற்கும் மேலாக அந்த தனிமைச் சுழல் அவனை இன்னும் வாட்டியது.

அவனோடு சேர்த்து நாலைந்து நோயாளிகள் அங்கு இருந்தாலும், நாலைந்து செவிலியர்களும் பணியிலே இருந்தாலும் அவன் என்னவோ தனித்து விடப்பட்டுவிட்டது போல தான் உணர்ந்தான்.

''எம்பொஞ்சாதிய கூப்பிடுங்க, நான் அவ மொகத்ததை பாக்கணும், அவகிட்ட நாலு வார்த்தை பேசணும்'' என்று சொல்லிட எவ்வளவோ முயன்று பார்த்தான் செல்லமுத்து.

ஆனால், அவன் வாயிலிருந்து, ''ம்ம்ம்மா ..., ம்ம்ம்மமா ...'' என்ற முனகளைத் தவிர வேறெதும் வெளிவரவில்லை.

அவனுக்கு செத்துவிடுவோமோ என்கிற பயத்தை விட, தனது மனைவியின் முகத்தையும், தாயின் முகத்தையும் கடைசியாக ஒரு முறை பார்க்காமலேயே செத்துப்போய் விடுவோமோ என்கிற பயம்தான் அதிகமாக இருந்தது.

எதை எதையோ நினைத்தவனின் கண்களில் இருந்து கண்ணீர் மட்டும் நிற்காமல் வடிந்து கொண்டிருந்தது.

''சே, இப்படி முட்டாத்தனமா நடந்துகிட்டேனே. எவனோ ஒருத்தன் சொன்னதை கேட்டு, என்ன ஏதுன்னு ஆராயாம, கட்டின பொண்டாட்டிய தப்பா நெனச்சிப்புட்டேனே. காதலிச்ச பாவத்துக்காக, சொந்தம் பந்த மெல்லாம் தூக்கி எறிஞ்சுபுட்டு கட்டுன சீலையோட எம்பின்னாடி வந்தவளா துரோகம் நினைப்பா? அவளை சந்தேகப்படற அளவுக்கு, அவளோட ஒழுக்கத்தை பத்தி பேசற அளவுக்கு நான் மட்டும் யோக்கியமா? நானும் ஊதாரிதானே? கண்டவன் கூட சேந்துகிட்டு கண்டமேனிக்கு அலைஞ்சவந்தானே? இது பத்தியெல்லாம் ஒரு நாள் ஒரு பொழுது கேட்டிருப்பாளா ஜோதி? இந்த குடும்பத்தையே ஒத்தை ஆளா வேலைக்கு போயி காத்து, இந்த குடும்பத்தை அணையாமல் காக்குற தீப ஜோதியா இருக்காளே, அந்த அழகுச் சிலையை, பத்தரமாத்து தங்கத்தை தப்பா நெனச்சுப்புட்டேனே. அவசரப்பட்டு முட்டாத்தனம் பண்ணிப்புட்டேனே.

இனி எப்படி அவமூஞ்சில முழிக்க? அவளை பார்த்து என்னை மன்னிச்சுக்க ஜோதின்னு ஒரு வார்த்தை சொன்னாத்தா எம் மனசு ஆறும். எப்படியாவது அவளை வரச்சொல்லி பாத்துப்புடணும். அவ கையை புடிச்சு மன்னுச்சுக்கன்னு கேட்டுப்புடணும்'' தனக்குள்ளேயே அரற்றிக் கொண்டிருந்தவன் வாயெடுத்து பேச நினைத்தான்.

''ம்ம்ம்மா ...,ம்ம்ம்மா ...'' என்று தான் வார்த்தைகள் வெளிப்பட்டன. ''சிஸ்டர் இங்க பாருங்க, இந்த பேசண்டை. எத்னை தடவை சொன்னாலும் கேட்க மாட்டேங்கறாரு. ஓவரா ஸ்ட்ரெய்ன் பண்ணிக்கறாரு. ஐயையோ ..., சிஸ்டர் டாக்டரை கூப்பிடுங்க, இங்க பாருங்க வாயில மூக்குலயெல்லாம் நொறை நொறையா வருது'' என்று அந்த செவிலி சத்தம் போடவும், வேறு நோயாளிகளை பார்த்துக்கொண்டிருந்த இரண்டு செவிலியர்கள் செல்லமுத்துவின் படுக்கையை நோக்கி ஓடி வந்தார்கள்.

கை கால்கள் விறைப்பாக நீண்டிருக்க, வாய் கோணி நுரைத்திருந்த நிலையில், ''ம்ம்ம்மா ..., ம்ம்ம்மா ...'' என்று தனது முழு பலத்தையும் கூட்டி குரல் எழுப்ப முயன்று தோற்றுப் போனான் செல்லமுத்து.

''நான் போயி டியூட்டி டாக்டரை கூட்டியாறேன்'' என்று சொல்லிவிட்டு மருத்துவர் அறையை நோக்கி ஓடினாள் ஒரு செவிலி.

''கொஞ்ச நேரம் ஸ்ட்ரெய்ன் பண்ணிக்காம பேசாம இருங்க சார். இப்படி பண்ணிக்கிட்டு இருந்தேங்கன்னா உங்களுக்குத்தான் சிரமம்'' என்று மீண்டும் கடிந்து கொண்டாள் அந்த செவிலி.

செல்லமுத்துவின் தலைக்கு மேலே இருந்த மானிட்டரில் மேலும் கீழுமாய் ஏறி இறங்கி ஓடிக்கொண்டிருந்த வண்ணக்கோடுகள் அனைத்தும் தாறுமாறாய் ஓடத்தொடங்கியிருந்தன.

நிறமற்ற மனிதர்கள்

வெய்யில் சுள்ளென்று பொசுக்குவதும் சிறிது நேரத்தில் மேகம் கூடி நிழல் மேவுவதுமாக மாறி மாறி வேடிக்கை காட்டிக்கொண்டிருந்தது வானம்.

கடைத்தெருவில் நடந்து சென்றவர்களில் பலரும் குடை ஒன்றை கையில் பிடித்துக் கொண்டு மழை காலம் என்பதை பறைசாற்றியபடி சென்று கொண்டிருந்தனர்.

ஆங்காங்கே இருந்த பள்ளங்களில் மழைநீர் மண் கலந்து பழுப்பு நிறத்தில் தேங்கி கிடக்க, அதில் செல்லும் வாகனங்கள் ஒவ்வொரு பள்ளத்திலும் இறங்கி ஏறி தேங்கிய மழைநீரை கலங்கப்படுத்திக் கொண்டேயிருந்தன.

அழுக்குச் சேலை, ஆங்காங்கே கிழிந்து ஒட்டுப்போடப்பட்ட ரவிக்கை, சிக்கேறிய தலைமுடி என்று பார்த்தாலே பரதேசி, பிச்சைக்காரி என்று சொல்லிவிடும் தரத்தில் தனது கைகுழந்தையோடு கடைகளை ஏக்கத்தோடு வெறித்து பார்த்தபடி மெதுவாய் நடந்து வந்தாள் அவள்.

ஒவ்வொரு பிச்சைக்காரனுக்கும் ஒரு வலுவான பின்கதை ஒன்று இருக்கு மல்லவா? அது போலவே அவளுக்கு ஒரு கதையல்ல, பல கதைகள் உண்டு.

யாருக்கு என்ன கதை பின்னனி இருந்தாலும் முதல் முறை யாசகம் கேட்கும் போது தான் அந்த கதைகளுக்கு உயிர் இருக்கும். பிச்சை எடுப்பதே தொழிலாகிப் போனபின் அந்த கதைகள் யாவும் உதிர்த்து பின் வெறும் பிச்சைக்காரன் என்கிற அடையாளம் மட்டுமே எஞ்சி நிற்கும்.

பருவ வயதில் காதலித்து, அவன் தன்னை கடைசி வரையிலும் வைத்து காப்பாற்றுவான் என்ற நம்பிக்கையில் அன்று இருந்த வயது முறுக்கில் வீட்டை விட்டு வெளியே வந்து ஒருவனை கரம் பிடித்தவள் தான் அவள்.

எந்த முகூர்த்தத்தில் அவளுக்கு மலர்விழி என்று பெயர் வைத்தார்களோ, அப்படி ஒரு விழி அழகு அவளுக்கு. அவள் பார்வையே எதிரில் இருப்பவரை பரவசமடையச் செய்துவிடும்.

எல்லா ஆண்களும் அவளது பார்வைக்கு மயங்க, அவள் மட்டும் ஏனோ பேச்சியப்பனிடம் மயங்கிப்போனாள்.

பேச்சியப்பன் மட்டும் மன்மதனா என்ன? ஆள் கருகருவென்று, தோள் பெறுத்து மூட்டை சுமப்பவன் போல இருப்பான். "அடச் சீ ..., இவனையா காதலிக்கிறே?" என்று அவள் முகத்துக்கு நேராகவே கேட்டிருக்கிறார்கள். ஆனால் அடுத்தவர்களுக்கு பிடித்து போனபின் அவர்களிடம் சான்றிதழ் வாங்கி சரி பார்த்து உறுதி செய்ய காதல் ஒன்றும் கவர்ன்மெண்ட் வேலை இல்லையே?

"அன்புள்ள அம்மா, அப்பா,

நான் என் கூட படிக்கும் பேச்சியப்பனை விரும்புகிறேன். அவனையே கல்யாணம் செய்து கொள்ளவும் ஆசைப்படுகிறேன். இதற்கு எப்படியும் நீங்கள் சம்மதிக்க மாட்டீர்கள் என்பது தெரியும்.

என்னாலும் என் மனசுக்கு பிடித்தவனை பிரிந்து வாழ முடியாது. நல்லதோ கெட்டதோ, எனக்கு பிடித்துவிட்டது. எனக்கு பிடித்ததை தேடிச் செல்கிறேன். என்னை தேட வேண்டாம். உங்களுக்கு ஒரு மகள் பிறக்க வில்லை என்று நினைத்து என்னை மறந்து விடுங்கள். இனி என் வாழ்வு என்னோடு ..." இப்படி ஒரு கடிதத்தை என்ன தைரியத்தில் எழுதி வைத்து விட்டு ஓடி வந்தாள் என்று அவளுக்கே இன்று வரை தெரியாது.

வெறும் தைரியம் மட்டுமே வாழ்க்கையாகிவிடுமா? முரட்டு தைரியம் மனிதனை முட்டாளாக்கிவிடும் என்பதற்கு மலர்விழியே எடுத்துக் காட்டாகிப் போனாள்.

ராமன் மதி / 163

காதல் இனிக்கும் வரை, கல்யாணம் இனிக்கும் வரை அவளை நன்றாகவே பார்த்துக்கொண்டான் பேச்சியப்பன். காதலும் காமமும் ஓய்ந்த பின், கட்டிகிட்டவள் காசோடு வந்தாளா? இல்லை வெறும் கையை வீசிக்கொண்டு வந்தாளா? என்கிற எண்ணம் வந்துவிடுகிறது. அந்த எண்ணம் என்று வந்ததோ, அன்றிலிருந்தே வேண்டாத விருந்தாளியாகிப்போனாள் மலர்விழி.

ஏதோ இருந்ததை வைத்து ஆக்கி அரித்து வைத்திருந்தாள் மலர்விழி. ஒரு வாய் சோற்றை எடுத்து வாயில் வைத்தவன், ''தூ ... தூ ...'' என்று வாயிலிருந்த சோற்றை துப்பி விட்டு, ''என்னடி இது? சாப்பாடு செய்யுடின்னு சொன்னா நீ என்னடி செஞ்சி வச்சிருக்கே? மனுசன் தின்பானாடி இதை? ஒங்க அப்பன் ஆத்தா இப்படி சோத்தை போட்டுத்தான் ஒன்னை வளர்த்தாங்களோ?'' என்று கேட்டுக்கொண்டே சாப்பாட்டுத் தட்டை அவள் முகத்துக்கு நேரே வீசி எறிந்தான் பேச்சியப்பன்.

தன்னை நோக்கி வந்த தட்டை கைகளைக் கொண்டு தடுத்து தற்காத்துக் கொண்டவள் ''இங்க பாருங்க, என்னை எது வேணாலும் சொல்லுங்க. எங்க அப்பன் ஆத்தாளைப் பத்தி ஏன் பேசுறீங்க? நான் செஞ்ச பாவத்துக்கு அவங்க என்ன செய்வாங்க?'' என்று சொல்லும் போதே அவள் கண்கள் குளமாகிவிட்டிருந்தது.

''அப்படித்தான்டி பேசுவேன். வெறுங்கையோடு வந்த வெறும்பய மகதானடி நீ? ஒனக்கு எதுக்குடி ரோசம். என்னோட சோத்தை திங்கற போதே ஒனக்கு அம்புட்டு ரோசமா?'' என்று கேட்டவன் பேச்சோடு நிற்காமல் அவளது தலை முடியைப் பற்றி ஒரு ஆட்டு ஆட்டி அப்படியே அவளை தரையில் பிடித்துத் தள்ளினான். இரண்டு கைகளையும் விரித்தபடி தரையில் விழுந்தவளின் மூக்கில் அடிப்பட்டு ரத்தம் கொட்டியது. அப்போதும் ஆத்திரம் குறையாதவனாக கீழே கிடந்தவளின் இடுப்பில் இரண்டு மிதி மிதித்துவிட்டு வீட்டை விட்டு வெளியேறினான்.

அப்படி விழுந்தபோதே, அவன் இடுப்பில் மிதித்தபோதே அந்த பாவம் கலைந்திருந்தால் இன்றைக்கு அவள் கையில் அது குழந்தையாய் தவழ்ந்து கொண்டு அவளோடு சேர்ந்து பிச்சை எடுக்க வேண்டிய

அவசியமிருந் திருக்காது. ஆனால் என்ன செய்வது? அந்தக் கொடுமைகளில் தேறி வந்த குழந்தை என்பதால் இந்த கொடுமை பெரிதில்லை என்பதைப் போல கடைத்தெருவில் வருவோரையும் போவோரையும் வேடிக்கை பார்த்துக் கொள்வதும், அவ்வப்போது தாயின் முகத்தை வருடி கொஞ்சி விளையாடுவதுமாய் இருந்தது அந்த பிஞ்சுக் குழந்தை.

எதற்கெடுத்தாலும் திட்டுவதும் அடிப்பதுமாக இருந்தவன், ஒரு நாள் சொல்லாமல் கொள்ளாமல் வேறு ஒரு பெண்ணோடு சேர்ந்து கொண்டு மலர்விழியை அம்போ என விட்டுவிட்டு ஓடிப்போனான்.

அக்கம் பக்கத்திலிருந்தவர்கள் ஆரம்பத்தில் ''ஐயோ பாவம்'' என்றார்கள். ஆளுக்கொன்றாய் கொடுத்து உதவினார்கள். அதுவும் இந்த குழந்தையை பெற்றெடுக்கும் வரைக்கும் தான். இந்த குழந்தை பிறந்ததும் அக்கம் பக்கத்தினரின் ஆதரவும் இல்லாமல் போனது.

ஆரம்பத்தில் ஏதாவது ஒரு வேலை பார்த்து தன்னையும், தனது குழந்தை யையும் காத்துக்கொள்ளலாம் என்று நம்பித்தான் நாலைந்து இடங்களில் வேலை தேடிச்சென்றாள் மலர்விழி.

மலர்விழிக்கு பல இடங்களில் வேலை கொடுக்கவும், தாராளமாக சம்பளம் கொடுக்கவும் தயாராகவே இருந்தார்கள். ஆனால் அந்த தாராளம் கூட அவள் வேலைக்காகவும், திறமைக்காகவும் அல்ல. அவளது முக அழகிற்காகவும், உடல் அழகிற்காகவும் காட்டப்பட்ட வெகுமதிகள்.

ஆறு மணிக்கு வேலை முடித்துக்கொண்டு அலுவலகத்திலிருந்து வெளியேற முற்பட்டவளை தனது அறைக்குள் அழைத்தார் முதலாளி. அது ஒரு சிறிய வணிக நிறுவனம். அங்கு யார் யாருக்கோ என்னென்னவோ வேலை. மலர்விழிக்கு கூட்டி பெருக்குவதும், நேரா நேரத்திற்கு ஊழியர்களுக்கு டீ வாங்கி கொடுப்பதும் தான் வேலை.

எல்லோரும் போன பின்னே எதற்காக முதலாளி தன்னை மட்டும் கூப்பிடுறார் என்ற குழப்பத்தோடு அறைக்குள் நுழைந்தாள் மலர்விழி.

''வா மலர். என்ன வீட்டுக்கு கௌம்பிட்டியா?''

''ஆமா சார்.....'' என்றாள் வெகுளியாக.

''அட, நீ அப்படி அவசரமா கௌம்பரதுக்கு ஓம் புருஷன் என்ன காத்துகிட்டா இருக்கான்? மெதுவா போகலாமே!''

''இல்லை சார், என்னோட கொழந்தையை பக்கத்து வூட்டுல உட்டுட்டு வந்திருக்கேன். அதுக்கொசரம் போவணும்'' என்றாள்.

''சரி சரி, போலாம் போலாம். இப்படி பக்கத்துல வா'' என்று அழைக்கவும் தயங்கியபடியே முதலாளி உட்கார்ந்திருந்த மேஜை அருகில் சென்றாள் மலர்விழி.

அருகே வந்தவளை மான் மீது பாயும் புலி போல தாவி அணைத்து தன் வசம் இழுத்தார் முதலாளி.

ஒரு நிமிசம் என்ன செய்வதென்றே தெரியாமல் தவித்தவள் பின் சுதாரித்துக் கொண்டு நேக்காக அவர் பிடியிலிருந்து நழுவிக்கொண்டாள்.

''ஏய் நில்லுடி, என்ன பிகு பண்ணிக்கிறவோ? நீ என்ன பத்தினியா?'' என ஏமாற்றத்தில் கோபம் கொப்பளிக்க கத்தினார் முதலாளி.

''ஆமாண்டா, நான் பத்தினிதான். நீ போய் உன் பொண்டாட்டி பத்தினியா இல்லையான்னு சோதனை செய்யுடா நாயே'' என்று புலியாய் பாய்ந்து விட்டு அந்த அறையை விட்டும் அந்த நிறுவனத்தை விட்டும் வெளியேறிவள் தான், அதற்கு பின் எந்த ஆணையும் நம்பி வேலைக்கு செல்வதில்லை என்கிற முடிவுக்கு வந்துவிட்டிருந்தாள்.

ரோசம் மானம் மட்டும் இருந்துவிட்டால் போதுமா? பசிக்கிற வயித்துக்கு வேளாவேளைக்கு பதில் சொல்லியாக வேண்டுமல்லவா?

நாலு வீடுகளுக்கு பத்து பாத்திரம் தேய்க்க போலாமே என்று வீட்டு வேலைக்கு சென்றவளை வீட்டு ஓனர்கள் உரசிப்பார்க்கத் தவறவில்லை.

பேப்பர் பொறுக்கி வயித்தை கழுவலாம் என்று ஒரு கோணிப் பையை தோளில் மாட்டிக்கொண்டு வீதி வீதியாக அலையவும் செய்தாள். எல்லா தொழிலும் இருக்கிற போட்டி பொறாமை பேப்பர் பொறுக்கற தொழிலை மட்டும் விட்டு வைத்திருக்குமா?

''அடியே, நீ யாருடி எங்க ஏரியாவுக்குள்ள வந்து எங்களுக்கு போட்டியா தொழில் செய்யறவோ? மரியாதையா ஓடிப் போயிடு. நம்ம ஏரியா பசங்களை பத்தி தெரியாதோ,'' என்று ஒரு ரவுடிப் பெண் மிரட்டினாள்.

''இல்லைக்கா நான் புதுசு'' என்று தண்மையாக சொன்னாள் மலர்விழி.

''என்னடி புதுசு பழசுன்னுட்டு. புதுசா இருந்தா வேற தொழில் செய்ய வேண்டியது தானே? துட்டு நல்லா சேறும்'' என்று அவள் அடுத்தடுத்து பேசிய வார்த்தைகளை காதில் வாங்க முடியவில்லை.

இரண்டு நாள் தனது குடிசை வீட்டிற்குள்ளாரவே குழந்தையை பட்டினி போட்டு தானும் பட்டினியாக இருந்தாள் மலர்விழி. அவளால் காட்ட முடிந்த வைராக்கியத்தை அவள் குழந்தையால் காட்ட முடியவில்லை.

வெறுத்து போய், மரத்துப்போய் தான் நாலு பேரிடம் கை நீட்ட ஆரம்பித்தாள் மலர்விழி. சிலர் முறைத்து பார்த்துவிட்டு விலகிச் சென்றார்கள். சிலர் அவளது அழும் குழந்தையைப் பார்த்து இரக்கம் கொண்டார்கள்.

''ஏன் கை காலு நல்லாத்தானே இருக்கு? இப்படி நாலு பேத்துகிட்ட பிச்சை எடுக்கறதுக்கு ஏதாவது வேலை செய்ய வேண்டியது தானே'' என்று முனு முனுத்துவிட்டு மூஞ்சியை திருப்பிக்கொண்டு சென்றவர்களும் உண்டு.

எது எப்படியோ, நாலு பேரிடம் பிச்சை எடுத்த காசில் இரண்டு வேலை வயிற்றுப்பாடு தீர்ந்துபோனது. ஆரம்பத்தில் இருந்த தயக்கம், கூச்சம், தன்மானம் எல்லாம் நாட்கள் ஓட ஓட என்னவென்றே தெரியாமல் போனது.

இப்போதெல்லாம் வாயைத் திறந்தாலே ''அம்மா.... ஐயா.... பச்சை கொழந்தையா... பாலுக்கு காசு போடுங்கையா. ரெண்டு நாளா சாப்பிடலை பசிக்கு காசு போடுங்கையா'' என்று தான் வார்த்தைகள் வந்து விழுகின்றன.

அவளது தோற்றம் தான், அழுக்கும் சிக்குமாய் பார்ப்பதற்கே அருவருப்பாய் மாறிப்போனது. இது அவளை பார்ப்பவர்களுக்குத்தான் ஒரு பிரட்சனையே தவிர அவளுக்கு வசதியாக போய்விட்டது.

இப்போதெல்லாம் ஒரு பயல் அவளைச் சீண்டுவதில்லை. பக்கத்தில் வருவதில்லை, கையைப் பிடிப்பதில்லை, உரசிப்பார்க்க நினைப்பதில்லை.

தனித்து ஒரு பெண் வாழ்வதற்கு தேவையான பாதுகாப்பை பிச்சைக்காரி கோலம் அவளுக்கு வழங்கியிருந்தது.

அவளால் சுதந்திரமாக எங்கும் நடமாட முடிந்தது, சுதந்திரமாக எங்கும் படுத்துறங்க முடிந்தது, சுதந்திரமாக விரும்பியதை சாப்பிட முடிந்தது, சுதந்திரமாக விரும்பியதை செய்ய முடிந்தது.

யாரும் அவளை கண்டுகொள்வதில்லை. ''அடச் சீ, பிச்சக்காரி'' என்கிற ஏளனப்பார்வையே அவளது பாதுகாப்பு கவசமாகிப் போனது.

காலையிலிருந்து பெரிதாக காசு ஏதும் அன்று தேறவில்லை. காலையில் சாப்பிட்ட பன்ரொட்டியும் டீயும் தான். மதியம் குழந்தைக்கு மட்டும் பால் வாங்கி கொடுத்து பசியமர்த்தியிருந்ததால் அது பசியில் அழுது ஆர்ப்பாட்டம் செய்யாமல் சமத்தாக விளையாடிக்கொண்டிருந்தது.

கிறங்கிப் போனவள் சாலையின் ஓரமாக ரோடு போடுவதற்காக கொட்டி வைக்கப்பட்டிருந்த சல்லிக் கற்களின் மீது உட்கார்ந்தபடி வருவோரையும் போவோரையும் கையேந்தியபடி ''அம்மா.... தாயே....'' என்று அவளது வழக்கமான பிச்சை பல்லவியை பாடியபடி உட்கார்ந்திருந்தாள். அவளை இரண்டு கண்கள் வெறிக்க வெறிக்க பார்த்துக்கொண்டிருந்ததை நீண்ட நேரமாக அவள் கவனிக்கவில்லை.

எதேச்சையாக பார்த்த போது தான் அவன் அவளையே விழுங்கிவிடுவது போல பார்த்துக்கொண்டிருப்பது தெரிய வந்தது.

ஆண்கள் பற்றிய பயம் அற்றுப்போயிருந்தவளுக்கு நீண்ட நாட்களுக்கு பின் அந்த மனிதனின் உருவமும், பார்த்த பார்வையும் பயத்தை ஏற்படுத்தி விட்டிருந்தது.

நின்றபடியே அவ்வப்போது அவன் தள்ளாடிக்கொண்டிருந்தது, அவன் வயிறு முட்ட குடித்துவிட்டு போதையின் உச்சத்தில் இருக்கிறான் என்பதை உணர்த்தியது.

குடிகாரர்கள் என்றாலே ஏனோ ஒரு இனம் புரியாத பயம் மலர்விழிக்கு. சிறு வயதாக இருக்கும் போதிலிருந்தே குடிகாரர்கள் என்றால் பயம்தான்.

அவளுடைய தாய் மாமன் சக்கரபாணி குடித்துவிட்டு வந்து அவளுடைய அத்தையுடன் சண்டையிட்டு சட்டி பானைகளை தூக்கி எறிந்து அட்டகாசம் செய்ததை நேரடியாக பார்த்துக் கொண்டிருந்தவள் தானே.

''ஏன்டா சக்கரபாணி. ஏன்டா ஒனக்கு தெனத்துக்கும் இதே வேலையாடா? ஏன்டா ஊரு உலகத்துல இருக்கவன் இப்படியாடா இருக்கான். ஒன்னை நம்பி வந்தவளை இப்படியாடா கொடுமை படுத்துவே?'' மலர்விழியின் பாட்டி மூக்கம்மா கிழவி நெஞ்சு நெஞ்சாய் அடித்துக்கொண்டு அரற்றினாள்.

''ஏய் கெழவி, சும்மா கெட. ஏதாவது பெனாத்திகிட்டு உள்ளே வந்தே, உயிரோட வச்சி கொழுத்திப்புடுவேன்'' என்று சொல்லிவிட்டு தீக்குச்சியை உரசி எரிய விட்டு பயம் காட்டிய சக்கரபாணியின் குடிவெறி நிறைந்த முகம் இன்னும் அப்படியே மலர்விழியின் மனதில் பதிந்துவிட்டிருந்தது.

அதன் பின் தினம் தினம் ஏதோ ஒரு குடிகாரன், ஏதோ ஒரு உருவில் வந்து திகில் காட்டிவிட்டுத்தான் சென்றுகொண்டிருக்கிறார்கள். என்று பிழைக்க வழியின்றி தெருவிற்கு வந்தாளோ, அன்றிலிருந்து தினமும். குடிகாரர்களின் முகத்தில் விழிக்காமல் பொழுது சாய்ந்ததில்லை.

சில குடிமகன்கள் இடுப்பு வேட்டி கழண்டு விழுவது கூட தெரியாமல் அரை நிர்வாணமாய் சாலை ஓரங்களில் படுத்து உருள்வதும், சாக்கடையில் படுத்து உறங்குவதையும் பார்க்கும் போது பிச்சைக்காரி தோற்றம் கொண்ட அவளுக்கே குமட்டிக்கொண்டு வரும்.

சில வாரங்களுக்கு முன்பு கூட முழு போதையில் இருந்த ஒரு ஆசாமி,

''ஏய் நில்லுடி'' என்று இவளை அழைத்ததும் பதறிப்போனாள் மலர்விழி. எதற்கு நமக்கு வம்பு என்று நினைத்து விலகிச் செல்ல நினைத்தவளை எட்டி வந்து கையை பிடித்து நிறுத்தி வம்பு பேச ஆரம்பித்துவிட்டான் அந்த குடிகாரன்.

''என்னடி, பிச்சக்காரி ஒனக்கே இவ்வளவு திமிரா? நில்லுடீன்னா நிற்க மாட்டீயோ? அப்படி எங்கடி போறே? என்னமோ ஆபீசு வேலைக்கு போறவளாட்டம்'' என்று பேசிக்கொண்டே அவளது கையை பிடித்துக் கொண்டு இம்சை செய்தவனை தட்டிக் கேட்கக்கூட யாரும் வரவில்லை.

இடுப்பில் குழந்தையை தாங்கிக்கொண்டு அவனிடம் சிக்கிக் கொண்ட வளுக்கு என்ன செய்வதென்றே தெரிவில்லை. மானத்தை காப்பாற்றிக் கொள்ள வேறு வழி தெரியாதவளாய் தனது முழு வலுவையும் திரட்டி அவனை பிடித்து தள்ளியதில் அவன் நிலை குலைந்து சரிய, இதுதான் சமயம் என்று தப்பிஓடி வந்துவிட்டாள் மலர்விழி. இதோ இப்போது இன்னொருவன்.

''ஆஹா ... இன்றைய பொழுது இந்தக் குடிகாரனோடுதானா விடிய வேண்டும்?'' என்று நினைத்தவள், இவனால் தனக்கேதும் ஆபத்து நேருமோ? என்று அஞ்சியவாரே, அவனிடமிருந்தும், அவனது பார்வை யிலிருந்தும் தப்ப வேண்டுமானால் இந்த இடத்தை விட்டு போய்விடுவது தான் சரி என்று முடிவு கட்டிக்கொண்டு எழுந்தாள். தனது குழந்தையை தூக்கி தோளில் போட்டுக்கொண்டு தனது பையை இடது தோள்பட்டையில் மாட்டிக்கொண்டு, அவனை பார்க்காதவள் போல மெல்ல நழுவினாள்.

அவள் நகர்வதைப் பார்த்ததும் தள்ளாடியபடியே அவளை நோக்கி நடையை எட்டிப்போட்டான் அந்த மனிதன்.

அது வரையில் ஒருவர் இருவராய் மக்கள் நடமாட்டத்தோடு இருந்த அந்த தெருவில் அப்போது பார்த்து ஒருவரையும் காணவில்லை.

அவளுக்கு உள்ளூர தூக்கி வாரிப்போட்டாலும், அவனை திரும்பிப் பார்காமலேயே வேகத்தை கூட்டி நடந்தாள் மலர்விழி.

அந்தப் போதையிலும் ஓட்டமாய் ஓடி வந்து அவளின் குறுக்கே வழியை மறித்து அவன் நின்றதை பார்த்ததும் பதறிப்போனாள் மலர்விழி.

அவள் சற்றும் எதிர்பார்காத நேரத்தில் தனது சேப்பிலிருந்து கொஞ்சம் பணத்தை எடுத்தவன், அதை அவள் முன் நீட்டி, ''இந்தா இதை வச்சுக்கோ'' என்றான்.

அவன் தன்னை ஏதோ செய்துவிடுவான் என்று பயந்து போய் இருந்தவள், மாறாக அவன் ரூபாய் நோட்டுக்களை தன் முன் நீட்டவும் குழம்பித்தான் போய்விட்டாள்.

''எனக்கு பணமெல்லாம் வேணாம்'' என்று சொல்லிவிட்டு அந்த இடத்தை விட்டு நகர முற்பட்டாள் மலர்விழி.

''கொஞ்சம் நில்லு'' என்று அவன் சொன்னது அதட்டுவதுபோல கட்டளையிடவும் தயங்கியபடி நின்றாள் மலர்விழி.

''ஒன்னை மாதிரியே எனக்கு ஒரு பொஞ்சாதி இருந்தா. இந்தா இந்த குழந்தை மாதிரியே ஒரு கொழந்தையும் இருந்துச்சு. குடிக்காதையா, குடிக்காதையான்னு எவ்வளவோ சொல்லிப் பார்த்தா. நான் தான் கேட்கலை. ஆம்பளைங்கற வீராப்பு. இவ சொல்லி நாம என்ன கேட்கறதுங்கற திமிறு. பொறுத்துப் பொறுத்து பார்த்தவோ, ஒரு நாள் கொழந்தைக்கு விச மருந்தை கொடுத்துவிட்டு, தானும் குடிச்சிட்டு போய் சேர்ந்துட்டா. ஒன்னையும் ஒன்னோட கொழந்தையும் பார்த்ததும் எம்பொஞ்சாதி ஞாபகம் வந்திடிச்சு. நீ ஒண்ணும் தப்பா நெனச்சுக்காதே. குடிச்சிகுடிச்சே எம்பொஞ்சாதிக்கு முன்னாடி நான் செத்துப்போயிருந்தேன்னா, எம் பொஞ்சாதியும் புள்ளையும் ஒன்னை மாதிரி தானே நாதியத்து நடு ரோட்டுல அலைஞ்சிருக்குங்க. இந்தா இதை புடி'' என்று வலுக்கட்டாயமாக அவள் கையைப் பற்றி அந்த பணத்தை திணித்தவனின் கண்களில் கண்ணீர் துளித்திருந்தது.

பணத்தை கொடுத்துவிட்டு தள்ளாடியபடியே தனக்குள்ளேயே புலம்பிய படி நடந்து சென்றவனையே வெறிக்க வெறிக்க பிரமிப்பு விலகாதவளாய் பார்த்துக்கொண்டே நின்றிருந்தாள் மலர்விழி.

அதுவரையிலும் குடிக்கறவன் எல்லாமே மிருகங்கள். அவர்கள் மனிதர்களே இல்லை என்கிற மதிப்புத்தான் குடிகாரர்களின் மேல் வைத்திருந்தாள் மலர்விழி. தன்னை அம்போ என்று விட்டுவிட்டு

ஓடியவனை விடவா இந்த குடிகாரன் மோசம் என்று எண்ணியபோது, முதன் முறையாக ஒரு குடிகாரனின் மீது இரக்கமும் மரியாதையும் பிறந்துவிட்டிருந்தது மலர்விழிக்கு.

இதுவரை அவளுக்கு எத்தனையோ பேர் தானம் செய்திருக்கிறார்கள். அவர்கள் அனைவரது கண்களுக்கும் அவள் பிச்சைக்காரியாக மட்டுந்தான் தெரிந்திருக்கிறாள். ஆனால், அந்த குடிகாரன் கண்களுக்கு மட்டும்தான் அவள் உறவாய் தெரிந்திருக்கிறாள் என்று நினைத்த போது அவளது கண்களும் கலங்கிவிட்டிருந்தது. குடிபழக்கம் இல்லாது தன்னை கட்டியாந்து பாதியில் விட்டுவிட்டு ஓடியவனை விட இந்த குடிகாரன் எந்த விதத்தில் மோசமானவன்? என்று யோசித்தபோது, அது வரை குடிகாரர்கள் மீது அவளுக்கு இருந்த எதிர்மறையான எண்ணம் மாறத் தொடங்கியிருந்தது.

கூடியிருந்த மேகக்கூடத்தில் மின்னல் வெட்டிய அடுத்த கணம் மழை கொட்டத் தொடங்கியிருந்தது. அந்த மழையில் அவனது கண்ணீர் கரைந்து விடும் என்கிற நம்பிக்கையில் பேருந்து நிறுத்த நிழற்குடை நோக்கி ஓடத் தொடங்கினாள் மலர்விழி.

பிச்சைக்காரியாக இருந்தாலும் தேவைக்கு அதிகமான காசோ பணமோ மலர்விழிக்கு கனக்கவே செய்தது. அவன் கொடுத்த பணத்தை அப்படியே கீழே போட்டு விட்டே அந்த இடத்தை விட்டு நகர்ந்தாள். கேட்பாரற்று கிடந்த அந்த பணம் மழைதனில் தன்னை சுத்தம் செய்துகொண்டது.

❖

உயிர்வலி

முகநூல் பக்கத்தை திறந்து உள்ளே சென்றவுடனேயே, ''வாட்ஸ் ஆன் யுவர் மைன்டு?'' என்று டைம் லைன் கேட்டது. அதாவது உங்கள் மனதில் என்ன உள்ளதோ அதை பதிவிடுங்கள் என்று கேட்பதாகவும் எடுத்துக் கொள்ளலாம் அல்லது உங்க மூளையில் ஏதாவது உள்ளதா? உனக்கு அறிவு இருக்கா? புத்தி இருக்கா? என்று அந்தப் பக்கம் கேட்பதாகவும் எடுத்துக்கொள்ளலமோ என்னவோ யார் கண்டது!

அந்தக் கேள்வியைத் தவிர்த்துவிட்டு ஸ்குரோல் செய்து நமது இணைப்பில் உள்ள நண்பர்கள் என்கிற வகையில் இணைப்பில் உள்ளவர்களின் பதிவுகளுக்குச் சென்றால், அங்குதான் நாட்டின் அனைத்துப் புரட்சியாளர்களும் அடைக்களமாகியிருப்பது தெரிய வரும்.

நடப்பு அரசியலின்மீது அறச்சீற்றம் கொள்வோர், கதைகளாலும், கவிதைகளாலும், கட்டுரைகளாலும் தங்கள் மனக்குமுறலை வழியெங்கும் கொட்டிவிட்டுச் சென்றிருப்பதை காணமுடிந்தது.

இதில் ஒரு நிகழ்விற்கு ஆதரவான நிலை எடுத்திருப்பவர்களுக்கும், எதிரான நிலை எடுத்திருப்பவர்களுக்குமிடையே காரசாரமான விவாதங்கள், புள்ளி விபரப் பகிர்தல், காறி உமிழ்தல் என ஏகப்பட்ட கலேபரங்கள்.

இன்னொரு புறமோ, சாதி மத பிரிவினை வாதத்திற்கு எதிராக சில முற்போக்கு வாதிகள் உயர்த்திப் பிடிக்கும் கூக்குரல்களும், சமநீதி கோட்பாட்டுத் தத்துவங்களும் கருத்தைக் கவரும் அதே வேளையில், அடிப்படை வாதிகளின் குரல்களும், பண்பாட்டை கட்டிக்காப்போரின் கூக்குரல்களும் மறுபுறம் விண்ணை முட்டுமளவிற்கு குவிந்து கிடந்தது.

இவை எதைப்பற்றியும் கவலைப்படாத திரை நட்சத்திரங்களின் ரசிகக் கண்மணிகள், தங்களது அபிமான திரை நட்சத்திரங்களின் பளிச்சிடும் வண்ண வண்ண படங்களுடன் வாழ்த்துப்பா வாசிப்பதையும், அடுத்த படத்திற்கான பட பூஜையிலிருந்து பட வெளியீடு வரையிலான நிகழ்வுகளுக்கு தங்களது வாழ்த்துக்களைச் சொல்லும் பதிவுகளின் அணிவகுப்போ, எவரையும் மூச்செறியச் செய்வதாகவே இருந்தது.

இன்னும் மேலே செல்லச் செல்ல, உலகலாவிய அதிசய மற்றும் அற்புத நிகழ்வுகளின் அரிய பதிவுகளோடு சில காணமல் போனவர்களைப் பற்றியதும். விபத்தில் பலியானவர்களின் அருகாமைப் புகைப்படங்கள் என திகிலூட்டும் ரகங்களுக்கும் பஞ்சமில்லை.

லைக் போட வேண்டியவற்றிற்கு லைக் போட்டுவிட்டு, பகிர வேண்டியதை பகிர்ந்துவிட்டு, மனதை தொட்டுவிடும் பதிவுகளுக்கு கமண்ட்ஸை தட்டி விட்டுக்கொண்டிருந்தவனுக்கு ஒரு அரை மணி நேரத்தில் சலிப்புத் தட்டி விட்டது.

முகநூலை விட்டு வெளியே வந்தவனின் கை தானாக வாட்ஸ்அப் நோக்கிச் சென்றது. இரண்டு வருடங்களாக என்ன உலாவிக் கொண்டிருக்கிறதோ, அதே கதைதான் திரும்பத் திரும்ப வந்துகொண்டிருந்தது. பழையதை கழித்துவிட்டு புதியதைத் தேடினால் ஏதாவது ஒன்று தேறுமே என்ற ஆவலில் தேடல் தொடர்ந்தது.

இதில், ''நீங்கள் உண்மையான தமிழனாக இருந்தால், அதிகம் பகிரவும்'' என்ற முன்னுரையோடு ஏகப்பட்ட சங்கதிகள் களத்தில் நின்றன. தமிழன் என்பதற்காகவும், இந்தியன் என்பதற்காகவும் ஒவ்வொருவரும் இதுவரை பத்திற்கு மேற்பட்ட முறை பகிர்ந்துவிட்ட சங்கதிகள்தான் அவைகளும்.

இதற்கு மேல் போனால் அமேசான் டெலி சாப்பிங்கில், என்ன புதிதாக வந்துள்ளது என்று மெனக்கெட்டு தேடிப்பார்க்க நிறையவே இருக்கத் தான் செய்தது.

நீண்ட நேரமாக அமேசானில்தான் எதையோ தேடிக்கொண்டிருந்தான் கார்த்திக். என்ஜினீரிங் முடித்துவிட்டு வேலை தேடி அலைபவன். ஓய்வு

நேரத்தில்? நேரம் போக வேண்டாமா? வீட்டில் தனித்து உட்கார்ந்திருந்தவன் செல்ஃபோனைத்தானே நோண்டியாக வேண்டும்?

படித்த படிப்பிற்கேற்ற வேலை கிடைக்கவில்லை. கிடைக்கின்ற வேலை களும் திருப்திகரமாக அமைவதில்லை. என்றோ ஒரு நாள் கிடைத்து விடும் என்று நம்பிக்கொண்டிருக்கின்ற வேலை, கிடைக்கும் வரை, நேரத்தை ஓட்ட வேண்டாமா? இதோ, அதைத்தான் செய்து கொண்டிருந்தான் கார்த்திக்.

''எப்பப் பாரு அந்த செல்லையே கட்டிகிட்டு இருந்தேனா உருப்படுவியாடா? தோ, எதிர் வீட்டு ரமேஷ், ஒன்னோடதானே படிப்பு முடிச்சான். அவனுக் குன்னு ஒரு வேலையைத் தேடிகிட்டு அவங்க வீட்டுக்கு எவ்வளவு ஒத்தாசையா இருக்கான். அவன் புள்ளையா இல்லை நீ புள்ளையாடா?'' கார்த்திக்கின் அம்மா கமலம் காலையிலேயே தொன தொனக்க ஆரம்பித்துவிட்டாள்.

''ஏம்மா என்ஜினீரிங் முடிச்சிட்டு அஞ்சாயிரத்துக்கும் ஆறாயிரத்துக்கும் வேலைக்கு போயிட்டு, அவன் என்னிஜினீயருங்க மானத்த வாங்கிட்டு இருக்கான். என்னையும் அவனை மாதிரி அத்தக் கூலிக்கு வேலை பார்க்க சொல்றியா?'' சீரினான் கார்த்திக்.

''ஏன்டா, அஞ்சாயிரம் ஆறாயிரம் பணமில்லையா? அந்த பணத்தையாவது அவன் கொண்டு வாரதுனாலேதானே அவன் தங்கச்சியை படிக்க வைக்க முடியுது. நீ கையாலாகாது இருந்துட்டு மத்தவங்களை கொறை சொல்லி கிட்டு திரியாதடா'' என்றாள் கமலம்.

அலுவலகத்திற்கு கிளம்பிவிட்டிருந்த கார்த்திக்கின் அப்பா செல்லப்பன், ஏதும் பேசவில்லை. தாயையும் மகனையும் கண்களாலேயே எரித்து விடுவது போல பார்த்துவிட்டு, தனது கைப்பையை எடுத்துக்கொண்டு வெளியே வந்தவர், வாசலில் விட்டிருந்த தனது செருப்பை அணித்து கொண்டு விடுவிடுவென்று சென்றுவிட்டார்.

''டேய், பார்த்தியில்ல, ஒங்க அப்பா ஒம்மேல ரொம்ப கோபமா இருக்கார். ஒம் மேல இருக்க கோபத்துல ஏங்கிட்ட கூட சரியா பேசறதில்லை பார்த்துக்கோ'' என்று கமலம் பேசப் பேச எரிச்சலடைந்து

விருட்டென்று எழுந்து தனது அறைக்கு சென்று உடையை மாற்றிக் கொண்டு, வீட்டை விட்டு கிளம்பி விட்டான் கார்த்திக்.

''டேய் ... எங்க போறதா இருந்தாலும் சாப்பிட்டுட்டு போடா'' என்று கமலம் கத்தியது அவன் காதில் விழுந்ததாகத் தெரியவில்லை.

''ட்ரூம்ம்ம் ... ட்ரூம்ம்ம் ...'' என்று ஆக்ஸிலேட்டரை முறுக்கி, தனது எல்லாக் கோபத்தையும் தனது வண்டி எழுப்பிய சப்தத்தில் காட்டிவிட்டு பைக்கை விரட்டினான் கார்த்திக்.

எங்கு போகலாம் என்ற இலக்கு இல்லாமல் வண்டியைச் செலுத்தினான். அப்பா அம்மாவிடம் சண்டை போட்டு அடம்பிடித்து வாங்கிய அதிதிறன் கொண்ட வண்டி, கார்த்திக்கின் மனவோட்டத்திற்கு ஏற்ப தறிகெட்டு ஓடிக்கொண்டிருந்தது.

வேலை கிடைக்காத விரக்தி, அம்மா அப்பா மீதிருந்த கோபம். இவை யாவும் மனதிற்குள் கொதித்துக்கொண்டிருக்க, தன்னை மறந்தவனாக மாறியிருந்தான் கார்த்திக். கார்த்திக்கின் அகச்சூடு போலவே, அந்த முன்பகல் நேரத்து வெயிலின் புறச்சூடும் கொதிப்புடன் தகித்துக் கொண்டிருந்தது.

கல்லூரிக் கேன்டினில் டீயையும், சமோசாவையும் சுவைத்துக் கொண்டே, செல்ஃபோனில் இருந்த எம்.எம்.எஸ்ஸில் வந்திருந்த குறும்படங்களை தங்களுக்குள் பகிர்ந்து பார்த்து ரசித்துக் கொண்டிருந்தனர் சேகரும் அவனுடைய நண்பர்களும்.

''டேய் இதப் பாருடா நேத்துத்தான் ஒருத்தன் ஷேர் பண்ணினான்'' என்று ஒரு படத்தைக் காட்டினான் சேகரின் நண்பன் அரவிந்த். அது ஏதோ காதலர்கள் அந்தரங்கமாக இருந்ததை அவர்களுக்கே தெரியாமல் ரெக்கார்டு செய்த அந்த மாதிரியான ஒரு வீடியோவை வைரலாக்கியிருக்கிறார்கள். தனது செல்லுக்கு வந்த அந்தப் படத்தை நண்பர்களுக்கு காட்டிக் கொண்டிருந்தான் அரவிந்த்.

அந்தக் குறும்படம் முடிவதற்குள், ''டேய், எப்பப் பாரு இதே மாதிரி படங்களைத்தான் பார்க்கணுமா? இந்தா எங்கிட்ட இருக்கு பாரு லைவ்

திரிலிங் வீடியோஸ். இதப் பாருங்கடா சூப்பரா இருக்கும்'' என்றான் காமேஷ்.

''அப்படி என்னதான் வச்சிருக்க காட்டு பார்ப்போம்'' என்று சொல்லிய படியே காமேஷிடமிருந்து அவன் செல்லை பிடிங்கி அதிலிருந்த வீடியோவை ஓடவிட்டான் சேகர்.

இயல்பாக ஒரு இரயில்வே ஸ்டேசன் இயங்கிக் கொண்டிருக்கிறது. அது ஒரு பிற்பகல் நேரமென்பதால் அங்கு மக்கள் நடமாட்டம் அவ்வளவாய் இல்லை. ஒரு பெண், தோற்றத்தில் ஏதோ ஒரு கல்லூரியில் படித்துக் கொண்டிருப்பவள் என்று யூகிக்கும் படியான தோற்றம். யாருடனோ தனது செல்பேசியில் பேசியபடியே அங்கிருந்த பிளாட்பாரத்தில் குறுக்கும் நெடுக்குமாக நடந்து கொண்டிருந்தவள், யாரும் எதிர்பாராத தருணத்தில், பிளாட்பாரத்தை விட்டு இறங்கி இரயில்வே ட்ரேக்கில் ஓடிச்சென்று, அங்கே வந்துகொண்டிருந்த இரயிலின் முன் பாய்கிறாள்;. நிதானிப்பதற்குள் எல்லாம் முடிந்து விடுகிறது. இந்த காட்சிகள் யாவும் அந்த இரயில்வே ஸ்டேசனிலிருந்த சி.சி.டிவி கேமராவில் துள்ளியமாக படமாகியிருக்கிறது.

உச்சுக்கொட்டி பரிதாபப்பட்டு அந்த வீடியோவைப் பார்த்துக் கொண்டிருக்கையில் குறுக்கிட்ட சேகரின் இன்னொரு நண்பன் சுமன், ''இது என்ன வீடியோடா ஜுஜுப்பி வீடியோ, ஏங்கிட்ட இருக்கு பாரு ஒரு கலக்சன், பாத்தா அப்படியே அசந்து போயிடுவீங்க'' என்று சொல்லிக்கொண்டே தனது செல்ஃபோனிலிருந்த ஒரு வீடியோ பதிவை ஓடவிடுகிறான்.

அந்த வீடியோவில் திருமணமான ஒரு இளம் பெண் உருக்கமாகப் பேசிக்கொண்டிருக்கிறாள்.

''மாமா ஒங்கள எனக்கு ரொம்பப் பிடிக்கும் மாமா. நீங்க தான் என்னோட உயிருன்னு நெனச்சுத்தான் வாழ்ந்துட்டிருந்தேங்க. வரவர நீங்க பண்ற சித்தரவதையெல்லாம் என்னால தாங்கிக்க முடியலீங்க. எங்க அப்பா அம்மாகிட்ட கூட சொல்லலீங்க. அவங்கள்லாம் நாம நல்லா

சந்தோஷமா வாழ்ந்திட்டிருக்கறதா நெனச்சுட்டு இருக்காங்க. அவங்க முன்னாடி போய் நின்னு, நான் வாழாம வந்துட்டேன்னு சொல்ல எனக்கு தைரியமில்லை. மாமா எனக்கு ஒரே ஒரு உதவி மட்டும் செய்யுங்க. நான் போனபின்னாடி, நம்ம மஞ்சு பாப்பாவை எங்க அப்பா அம்மாகிட்ட கொடுத்திடுங்க. அவங்க நம்ம புள்ளைய பாத்துப்பாங்க. எனக்கு இனிமேலும் வாழ இஷ்டம் இல்லை மாமா. ஒங்க மேல எனக்கு எந்த கோபமும் இல்லை மாமா. இனிமேலும் ஒங்களுக்கு எடைஞ்சலா நான் இருக்க மாட்டேன் மாமா. எனக்கு ஒங்கள ரொம்ப பிடிக்கும் மாமா'' என்று சொல்லும் போது அந்தப் பெண்ணின் கண்களில் இருந்து சாரை சாரையாக கண்ணீர் கொட்டுகிறது. ''நான் நல்லா யோசனை பண்ணிட்டுத்தான் இந்த முடிவையே எடுக்கிறேன். நீங்க, எங்க அப்பா, அம்மா, நம்ம பாப்பா எல்லாரும் நல்லா இருக்கணும்னு சாமிகிட்ட வேண்டிக்கிறேன். அம்மா, ஒங்கிட்ட சொல்லாம இதுவரைக்கும் நான் எதுவுமே செஞ்சதில்லைம்மா. இந்த ஒலகத்த விட்டு போறேம்மா. என்னைய மன்னிச்சுக்கம்மா. நம்ம மஞ்சு பாப்பாவையாவது என்னப்போல வளக்காம, தைரியமான பொண்ணா வளத்துருங்கம்மா. என்ன பெத்து கஷ்டப்பட்டு வளத்து ஆளாக்கினத்துக்கு ரொம்ப தேங்க்ஸ் மா. நா ஒங்களெல்லாம் விட்டு போறம்மா. பாய்மா.'' என்று கண்ணீர் மல்க பேசிய அந்தப் பெண், தன் அம்மாவிற்கு முத்தம் கொடுப்பதாகப் பாவித்து, அது வரையில் தன்னை படம்பிடித்துக்கொண்டிருந்த செல்போனிற்கு முத்தம் கொடுத்துவிட்டு, அவள் ஏற்கனவே ஏற்பாடு செய்து வைத்திருந்த தூக்கு கயிறுக்குள் தனது தலையை நுழைத்ததும், தனது காலுக்கு கீழே இருந்த நாற்காலியை உதைத்து தள்ளிய அடுத்த நொடியே கழுத்து நெறிபட்டு செல்போனில் பதிவாகிக்கொண்டிருக்கும் வீடியோவை சாட்சியாக வைத்துக்கொண்டு தனது இறுதி மூச்சை துறக்கிறாள்.

அந்த காட்சிகள் ஓடி முடிந்தபோது அங்கே கூடியிருந்த நண்பர்களின் முகங்கள் பீதியில் ஆழ்ந்ததோடு மட்டுமல்லாது, அவர்களின் எண்ணங் களில் வெவ்வேறு சிந்தனைகள் ஓடி, அவர்களை மேலும் கலவரப் படுத்தியிருந்தது.

அத்தோடு முடிக்காமல் அடுத்த வீடியோவை ஓட விடுகிறான் சுமன்.

அது ஒரு மார்க்கெட் பகுதி போல தெரிகிறது. அங்குள்ள ஒரு சி.சி.டிவி கேமராவில் அந்தக் கடைத்தெருவில் நடைபெறும் நிகழ்வுகள் யாவும் பதிவாகிக்கொண்டிருக்கிறது. எந்தவித பரபரப்பும் இன்றி இயல்பாக இயங்கிக்கொண்டிருக்கும் அந்த கடைவீதியில் சுவாரஸ்யமற்ற நிகழ்வுகள், அதுவரை பார்த்துக்கொண்டிருந்த நண்பர்களைச் உற்சாகமிழக்கச் செய்கிறது.

"மாப்ள, இது ஏதோ மொக்க வீடியோ மாதிரி தெரியுது. வேற ஏதாவது இன்ட்ரஸ்ட்டிங்கா இருந்தா காட்டு" என்று கமலேஷ் சுமனை கலாய்த்தான்.

கமலேஷைப் பார்த்து, "உஷ்... பேசாம அமைதியா பாரு" என்பதைப் போல சைகை செய்தான் சுமன்.

சுமனுடைய கட்டளைக்கு கட்டுப்பட்டவனாக அந்த வீடியோவில் கவனம் செலுத்தினான் கமலேஷ்.

அதுவரையிலும் அந்த கடைவீதியில் மனிதர்களின் நடமாட்டம் சலனமற்று நடந்து கொண்டிருக்கிறது.

சற்று நேரத்தில் ஒரு இளம் ஜோடி எதையோ வாங்கிக்கொண்டு ஒரு கடையிலிருந்து வெளிப்பட்டு அங்கு நின்று கொண்டிருந்த ஒரு ஆட்டோ ரிக்ஷாவில் ஏறிச்செல்ல எத்தனிக்கையில், அங்கு சாவகாசமாக ஒரு பைக்கில் வந்து இறங்கிய இரு இளைஞர்கள், தாங்கள் மறைத்து வைத்திருந்த கூரிய ஆயுதத்தை எடுத்து அந்த ஜோடிகள் இருவரையும் சரமாரியாக வெட்டத்தொடங்குகிறார்கள். இந்த கொடூரத்தை பார்த்ததும் ஆங்காங்கே இருந்தவர்கள் அந்த இடத்தைச சுற்றி கூடி விடுகின்றனர். ஆனால் அனைவரது மனதுக்குள்ளும் பயம். யாரும் கிட்டே நெருங்கி அந்த இளைஞர்களை தடுக்க முனைப்புக் காட்டவில்லை. "ஐயோ விடுங்கடா செத்துப்போவாங்கடா" என்று கொய்யோ மொறையோவென கூச்சல் மட்டும் போடுகிறார்கள்.

அந்த இரண்டு இளைஞர்களும் தாங்கள் செய்ய வந்த காரியத்தை வெற்றிகரமாக முடித்துவிட்டு தாங்கள் வந்த பைக்கிலேயே சாவகாசமாக ஏறி அந்த இடத்தைவிட்டு தப்பி விடுகிறார்கள்.

இப்படியாக கர்னகொடூரமாக முடிகிறது அந்த வீடியோ.

இதுவரை ஓடிய வீடியோக்களைப் பார்த்தே மலைத்துப் போய் விட்டிருந்தனர் நண்பர்கள்.

''சுமன் தயவு செஞ்சு நிறுத்துடா ஒன்னோட வீடியோவை. இதை யெல்லாம் பார்க்கவே மனசு என்னவோ மாதிரி இருக்கு'' என்றான் இளகிய மனம் கொண்ட தமிழ்ச்செல்வன்.

''இத பாருடா, வீடியோவில பார்க்கறதுக்கே அய்யாவுக்கு ஏதோ போல இருக்காம். நா சம்பவம் நடக்கறதவே நேரடியா கவர் பண்ற அளவுக்கு வீரமானவன்டா. எங்க ஊர்ல ஒரு ரோமியோவுக்கு எங்க ஊருக்காரங்க கொடுத்த பரிசை, நான் ஊருக்கு போயிருந்த சமயம் அப்படியே வீடியோவா எடுத்திருக்கேன் பாக்குறியா?'' என்று சொல்லிக்கொண்டே அவன் கைப்பட எடுத்த வீடியோவை ஓடவிட்டான் சுமன்.

ஒரு அப்பாவியைச் சுற்றி ஐம்பது பேர் கைகளில் தடிகளை ஏந்தியபடி, தாக்குதலுக்கு தயாராக இருக்கிறார்கள். சுமனின் கேமராவோ, சிறந்த ஒளிப்பதிவாளனின் கையில் அகப்பட்டுக்கொண்ட கேமராவைப் போல அங்கு நடந்து கொண்டிருக்கும் நிகழ்வுகளை உயிர்ப்புடன் பதிவு செய்து கொண்டிருந்தது.

யார் முதல் அடியை அடித்து துவங்கி வைப்பது என்ற யோசனையோடு தான் மொத்தக் கூட்டமும் காத்திருந்ததாக தெரிந்தது. ஒரு இளைஞன் முன் வந்து தனது திறமையை நிரூபிக்கும் விதமாக அகப்பட்டுவிட்டு விட்ட மானைப்போல உயிர் பயத்தோடு படுத்திருந்த அந்த வாலிபனின் உயிர் நாடியைக் குறிவைத்து தனது கைத்தடியால் ஓங்கி அடித்த அடுத்த கணமே உயிர் வலியில் துடிதுடித்துப்போனவனை, அடுத்தடுத்து விழுந்த அடிகள் நிலைகுலையச் செய்தன. நேர்முகத் தேர்வில் தன்னை நோக்கி கேட்கப்படும் ஒவ்வொரு கேள்விக்கும் பதட்டத்துடன் பதில் சொல்லும் போட்டித் தேர்வாளனைப் போல, தன் மீது விழுந்த ஒவ்வொரு அடிக்கும் தனது உயிர் போராட்டத்தை பதிலாய் வெளிப்படுத்திக் கொண்டிருந்த அந்த இளைஞன், இறுதியாக அவனது தலை மீது விழுந்த பெரிய பாறாங்

கல்லிற்கு அடங்கிப்போய்விட்டான். இறந்து போன அந்த உடலின் அனைத்து பாகங்களையும் படம் பிடித்த பின்னரே ஓய்வு கொண்டது சுமனின் செல்போன் கேமரா!

இறந்து போன அந்த ஆத்மா செய்த தவறு இதுதான். தன்னோடு படித்த தனது வகுப்புத் தோழியை உயிருக்கு உயிராய் காதலித்து விட்டான். என்ன ஒன்று? அவன் கீழ் சாதி, அவன் விரும்பிய பெண்ணோ மேல் சாதி. அதற்காக அவன் கொடுக்க நேர்ந்த விலையோ, இந்த உலகத்தில் யாராலும் கொடுக்க முடியாத உயிர்.

சுமன் காண்பித்த அந்த நேரடிப் பதிவுக்காட்சியை பார்த்த அனைவருக்கும் வியர்த்து கொட்டிவிட்டது. ''டேய் என்னடா இது. ஒரு மனுசனை உயிரோடு போட்டு கொல்றாங்க, அதைப்போயி படம் பிடிச்சி வச்சிருக்க. ஏண்டா ஈமெயில், இன்டர்நெட்டுன்னு உலகம் எங்கேயோ போயிட்டு இருக்கு. நீங்க என்னடானா இன்னும் கற்காலத்திலேயே இருக்கீங்க?'' என்று அருவருப்போடு கேட்டான் தமிழ்ச்செல்வன்.

''ஆமாடா, ஒங்க சாதிப் பொண்ண வேறே சாதிக்காரன் டாவடிச்சா நீங்க மட்டும் சும்மா வுட்டுடிவீங்களோ? அவனவனுக்கு அவனவன் சாதிதான்டா பெருசு. எங்க ஆளுங்க எங்க பொண்ணுமேல ஆசை வச்ச அந்த பொறம் போக்க அடிச்சுக்கொன்னது தப்பே இல்லே'' என்று தனது தரப்பு நியாயத்தை வெளிப்படுத்தினான் சுமன்.

''ஏன்டா மச்சி, நீ கூடத்தான் நம்ம கிளாஸ் பொண்ணு கீர்த்தியை காதலிக்கறே. கீர்த்தி என்ன ஒங்க சாதிப்பொண்ணா? அவ வேற சாதிதானே. நீ மட்டும் ஒன்னோட சாதி இல்லேன்னு தெரிஞ்சே லவ் பண்ற? அதையே இன்னொருத்தன் செஞ்சா கொலை செய்வீங்களோ?'' என்றான் காமேஷ் கடுப்புடன்.

''ம்ம்ம் ..., அவன் கீழ் சாதி, கீழ் சாதிக்காரனுக்கு மேல் சாதி பொண்ணு மேல ஆசை வரலாமா?'' என்று விட்டுக்கொடுக்காமல் பேசினான் சுமன்.

''ஆமாடா, கீர்த்தி மட்டும் மேல் சாதி இல்லையா? கீர்த்தியை விட நீ கீழ் சாதி தானே?'' என்று சேகர் பேசிக்கொண்டிருக்கும் போதே, பீப் சவுண்டுடன் ஒரு வாட்ஸ்ஆப் மெசேஜ் காமேஷின் செல்லிற்கு வந்தது.

என்னவோ ஏதோ என்று அந்த மெசேஜ்ஜை பார்த்தான் காமேஷ்.

"தற்போது நடந்த விபத்து" என்ற கேப்சனுடன் ஒரு வீடியோ கிளிப் அனுப்பப்பட்டிருந்தது. அந்த வீடியோவை ஒரு வித பயத்துடனேயே ஓடச்செய்தான் காமேஷ்.

சாலையில் தறிகட்டு பைக்கில் சென்ற ஒரு வாலிபன், எதிரே வந்த லாரியில் அடிபட்டு இடுப்புக்கு கீழே முழுவதுமாக நசுக்கப்பட்ட நிலையில், பாதி மயக்க நிலையில் "தண்ணி ... தண்ணி ..." என்று முனங்கிக்கொண்டிருக்க, அவனருகில் சென்று தண்ணீர் கொடுக்கவோ, அவனை மீட்டு மருத்துவமனைக்கு அனுப்பவோ முயலாமல் அங்கிருந்த ஒவ்வொருவரும் அந்த காட்சியை தத்தமது செலபோனில் படமாக்கிக் கொண்டிருந்தனர்.

அந்த வீடியோவை எதேச்சையாக வாங்கிப்பார்த்த சுமன், "ஐயோ அண்ணா ...!" என்று அலறியேவிட்டான். அங்கு அடிபட்டு உயிருக்கு போராடிக்கொண்டிருந்தது நாம் கதையின் துவக்கத்திலேயே சந்தித்த கார்த்திக்தான். சுமனின் உடன் பிறந்த சகோதரன்.

அப்பா, அம்மா மேல் உள்ள கோபம், வேலை கிடைக்காததால் ஏற்பட்ட விரக்தி என்று பல்வேறான மனநிலையில் தனது இருசக்கர வாகனத்தை விரட்டிச் சென்றவன், எதிர்புறமாக வந்த லாரியைக் கவனிக்கத் தவறி விட்டான். அடுத்த ஒரு நொடியில் எல்லாம் நிகழ்ந்து விட்டிருந்தது.

தனது சொந்த அண்ணனை அப்படி குற்றுயிரும், கொலையுயிருமாகப் பார்க்க எந்த தம்பிக்குத்தான் மனம் ஒப்பும்?

"அடப் பாவிகளா, அங்க இருக்கவங்க யாரும் மனுசங்களே இல்லையா? உயிருக்கு போராடிகிட்டு இருக்க ஒரு உயிருக்கு தண்ணி குடுக்க துப்பில்லை. அவனை மீட்டு ஆஸ்பத்திரிக்கு அனுப்ப துப்பில்ல. எல்லாம் ஏதோ மங்களகரமான நிகழ்ச்சியை வீடியோ எடுப்பதுபோல் எடுத்து, அதையும் உடனுக்குடன் வாட்ஸ்ஆப்பிலும் பகிர்ந்து சந்தோஷமடைகிறார்களே" புலம்பியவன் தனது அப்பாவிற்கு போனிலேயே தகவலைச் சொல்லிக் கொண்டிருக்கும் போதே,

அதிர்ச்சியில் மயங்கிச் சரிந்தான். அவனை அணைத்து தூக்கிக்கொண்டு நிகழ்விடம் நோக்கி அவனது நண்பர்கள் புறப்பட்டுச்சென்றனர்.

நிகழ்விடத்தில் அந்த லாரியும், சிதைந்து போன கார்த்திக்கின் பைக்கும் கிடந்தது.

ரோட்டில் சிந்தியிருந்த ரத்தத்திட்டுக்கள் இன்னும் காய்ந்திருக்கவில்லை. சிதைந்த உடல் பாகத்தின் மிச்ச சொச்சங்கள் அங்கு ஏற்பட்டிருந்த கோர விபத்திற்கு கட்டியம் கூறிக்கொண்டிருந்தன.

விபத்தை ஆர்வத்தோடு பார்க்கும் கூட்டம், அங்கேயும் கூடி நின்று விபத்து நிகழ்ந்த விதம் பற்றியும் அதன் பாதிப்பு பற்றியும் பேசி கொண்டது.

''இங்கே அடிபட்டுக் கிடந்தது என்னோட அண்ணன் தான். இப்ப எங்கே அவனை கொண்டு போயிருக்காங்க?'' அந்த இடத்தில் நின்றிருந்த போக்கு வரத்து காவலரிடம் படபடப்போடு கேட்டான் சுமன். குரல் உடைந்து போயிருந்தது.

''ஓ ..., நீங்கதான் அவங்க சொந்தக்காரங்களா? ரொம்ப நேரமா அடிபட்டு அந்த பையன் துடிதுடிச்சிட்டு கெடந்திருக்கான். எங்களுக்கே தகவல் தாமதமாகத்தான் வந்துச்சு. நாங்க வந்த போதுதான் எல்லோரும் வேடிக்கை பார்த்துக்கிட்டு நிற்க, ஒரே ஒரு பெரியவர் துணிச்சலா ஒத்தையாளா தூக்கி அந்தப்பக்கமா வந்த ஒரு ஆட்டோலே ஏத்திக்கிட்டு பக்கத்துல இருக்கற ஆஸ்பத்திரிக்கு அழைச்சுட்டு போயிருக்காரு. அவரு துரிதமா செயல்பட்டதால, பையன் உயிரை காப்பாத்திடலாம்னு எல்லோரும் பேசிக்கிறாங்க'' என்று ஆறுதலாக பேசினார் அந்த போக்குவரத்துக் காவலர்.

மேலும் தொடர்ந்த போக்குவரத்துக் காவலர், ''அவரு கார்பரேசனுல வேலை பார்க்குற ஒரு துப்புறவு தொழிலாளின்னு சொன்னாங்க. சீக்கிரமா ஆஸ்பத்திரிக்குப் போனா, நீங்க ஒங்க அண்ணனையும் பாத்துடலாம், அந்த ஆளையும் பாத்திடலாம்'' என்று போக்குவரத்துக் காவலர் சொல்ல, தாங்கள் வந்த வண்டிகளில் ஏறி மருத்துவமனை நோக்கி விரைந்தனர் சுமனும் அவனது நண்பர்களும்.

மனதில் தனது அண்ணன் எப்படியாவது பிழைத்துக் கொள்ள வேண்டுமென்று வேண்டிக் கொண்ட சுமனின் மனதில், முதல் முறையாக ஒரு உயிரின் மதிப்பு எத்தகையது என்பதும், அது எப்பாடுபட்டேனும் காப்பாற்றப்பட வேண்டும் என்கிற எண்ணமும், துப்புறவு தொழிலாளிகள் என்பவர்களும் வணங்கத்தக்கவர்களே என்கிற புத்தியும், அறிவும் முதன்முதலாய் தோன்றியிருந்தது.